Manipulated Love Affair

By

Sham M. Villaflores

Editor

Sham M. Villaflores

Cover Design/Layout/Sketch/Graphic Artist

Sham M. Villaflores

ACKNOWLEDGEMENTS

I wanted to give my utmost thanks to Almighty God. My talent in creative writing is a gift from Him so this book would not be possible without Him.

To **Jessica E. Larsen** for answering all my questions about creating paperback.

To my family, friends, fellow writers, silent readers who keeps believing and supporting me,

THANK YOU

:)

DEDICATIONS

Sa first ever reader and supporter ko, si buloy **Julie Ann Gamboa** na nagsabi na marami akong papataubin na writer hahahaha. Sa papel pa lang niya nababasa ang mga sulat ko noon pero todo suporta na siya.

Kay sis **Mhericon Jean Lorenzo** na nagtulak sa'kin sa mga writing competition na naging dahilan para bumangon ulit ang hilig ko sa pagsusulat. Kay **Atela Glys Bayud** na nagtulak sa'kin maging indie author. Siya ang nagsabi sa'kin about sa e-book self-publishing.

Sa mga taong sumusuporta sa journey na ito ng buhay ko **Romelyn Suarez, Karen Semira, Cerol Tugnao, Regine Amador, Beverly Solomon, Mary Jane Castillo, Mia Gloria, Karen Leigh Tiu, Jane Diaz, at PNA.** Sila kasi ang madalas kong makausap about sa mga plano ko sa writng career ko.

Sa mga taong bumili ng e-books ko sa amazon, kilala ko man o hindi. Kung gusto n'yo magpa-dedicate sabihin n'yo lang.

Sa mga taong bibili nito dahil nagustuhan nila ang cover, ang teaser pala hahahaha.

Sa mga taong naguguluhan kung pipiliin ba ang tibok ng puso o hayaang magpatangay sa agos.

Last but not the least to **MY FAMILY** na hinahayaan akong gawin ang gusto kong gawin and for always being there no matter what happens.

AUTHOR'S NOTE

Ang Manipulated Love Affair ang first attempt solo novel ko. Series kasi ang una kong sinulat at iyon nga ang Paradise Promises Land Series. Nakakatawa kasi isa sa mga reader ko nag-request na gawan ko rin ng kuwento ang isa sa mga minor character dito. Sabi ko pag-iisipan ko kasi kung gagawin ko 'yon, magiging series na naman ito hahahaha. Kung sakaling gagawan ko puwede ito maging Santillan Series.

Noong sinusulat ko ito, long time ago, ang nasa isip ko lang talaga ay magsulat ng romance pero hindi ko naiwasang haluan ng pampamilyang tema. Wala sa plano basta naging ganoon na lang. So dito, hindi ka lang kikiligin kundi matututunan mo rin ang halaga ng isang pagiging family oriented sa katauhan ng mga Santillan.

Ipapakita rin dito kung paano timbangin ang suliraning kaakibat ng buhay pampamilya at pag-ibig. Kung tama ba na sumunod na lang sa agos para maiwasan ang gulo at hindi gawing kumplikado ang buhay o sundin ang isinisigaw ng puso.

Ang pinaka-twist ay kung paano ba ito naging manipulated love affair.

TEASER

Kuntento at panatag na sa buhay si Heiley Conteza bago niya makilala ang mga Santillan. Hindi naging maganda ang unang engkuwentro niya sa isa sa mga iyon. Si Zeck Santillan na ubod sama kung makapag-insulto. Nakaidlip lang siya nang bahagya sa balikat nito akala mo kung sino. Walang pakundangan ba naman nitong pinabanguhan ang parteng nahiligan ng ulo niya na tila nagsasabing nalawayan niya iyon. Duh! Hindi siya naglalaway at hindi siya bad breath! Tinawag pa siyang cannibal look!

Nang muling magtagpo ay ibinulong nitong he loves her sweet scent na kinaparalisa ng katawan niya at nagpatibok ng mabilis sa puso niya.

Muli silang pinagtagpo sa sitwasyong kailangan niyang magpakasal sa nakatatanda nitong kapatid na si Xander dahil sa arranged marriage sa pagitan ng kani-kaniyang pamilya. Dahil peace loving, pumayag siyang tuparin ang kasunduan even she found herself attracted to Zeck's magnetic charm and captive by his sweet kisses.

Kaya ba niyang isantabi ang pagiging peace loving alang-alang sa nararamdaman niya para kay Zeck o pipiliin niyang mabuhay sa piling ni Xander na hindi naman mahirap mahalin?

CHAPTER 1

Lulan si Heiley Conteza ng eroplano pabalik sa Pilipinas. Bilang contributor writer ng isang teen magazine, nagkaroon siya ng pambihirang pagkakataong makapanayam ang isang sikat na aktor sa South Korea na si Kim Park. Ilang ulit nang tinangkilik ng mga kabataang pinoy ang ilang programang pinagbidahan nito kung kaya naisipan ng pamunuan ng TeenyMag na itampok ito sa susunod na isyu.

Naisipan niyang sipatin ang ilang larawang kuha na kasama ang nasabing aktor sa kanyang sariling digital camera. Walang dudang isa ito sa may pinakaguwapong mukha sa mga korean star at gustung-gusto niya ang pagiging smiling face nito.

Bagamat nagkaintindihan lamang sila sa pamamagitan ng interpreter ay hinangaan naman niya ang pagiging kampante at diretsahang sagot nito. Ihahanay niya ang mga larawan nila sa scrapbook niyang may pinamagatang 'once in a lifetime'.

Excited at nakangiti niyang in-off ang digicam. Nang maitago iyon ay pumihit siya paharap sa kanan, isinandal ang dalawang kamay sa armrest ng kinauupuan at pinagmasdan ang mga ulap sa labas ng bintana. Maaaninag sa maaliwalas niyang mukha at aura ang kapanatagan at kakuntentuhan sa buhay.

Ulila na siya sa ama at namumuhay na lamang kasama ang ina at nag-iisang kapatid na lalake. Bakas sa maaliwalas niyang mukha na hindi siya gaanong nakaranas ng paghihirap kung ikukumpara sa karamihan. Masasabi niyang masuwerte siya at hindi ganoon kabigat na mga suliranin ang kanyang pinasan. Marahil, dahil na rin sa pagiging peace loving kaya madalas niyang iiwas ang sarili sa maaaring magsuong sa kanya sa hindi magandang sitwasyon.

1

Kapag tumitimbang siya ng suliranin mas pinipili niya ang mas madaling solusyon sapagkat hindi siya mahilig mag-risk. Hindi siya adventurous. Walang masyadong thrill ang buhay niya. Ika nga ng marami, boring.

Well, kung career ang pag-uusapan, masasabi niyang hindi naman ganoon kaboring ang buhay niya. Marami siyang nakakasalamuha. Iba't ibang uri ng tao sa magkakaibang antas ng pammumuhay. Madalas siyang bumiyahe dahil hinihingi ng trabaho hindi dahil trip niya lang. Marami rin siyang natututunan sa mga research na ginagawa niya para sa mga artikulong nakaatang sa kaniya.

Kung lovelife naman ang pag-uusapan, sa kasalukuyan ay betlog siya. Zero lovelife kungbaga. Minahal naman niya ang mga nakarelasyon dati pero tanggap niya ang kasabihang kung hindi ukol hindi bubukol. Parating bukas ang puso niya sa anumang posibilidad para magmahal at hangga't hindi pa dumarating si Mr. Right, hindi siya mapapagod mag-antay.

Hindi mapagkit ang tingin ni Zeck sa mukha ng katabi. Bibihira lang siyang makakita ng ganoon kaaliwalas na mukha ng isang tao. Tila walang problema ang babaeng abala sa pagmamasid sa tanawing nasa labas ng bintana. Tila nasisiyahan nitong pinanonood ang mga ulap.

Pinilig niya ang ulo.

Sumandal at pumikit.

Marami ang mapagbalatkayo sa paligid. Iyon ang katagang parating pinapaalala niya sa sarili. Maaaring sa likod ng maaliwalas na mukhang iyon nagtatago ang isang mabigat na suliranin. Karamihan sa masasayahing tao ay dumaranas ng matinding kabiguan na nagagawa lamang ikubli sa maskara ng isang masayahing mukha.

2

Bigla siyang nakaramdam ng pagkayamot. Galit siya sa mga taong mapagpanggap. Ano man ang rason at kahit anong paraan ng pagpapanggap. Para sa kanya larawan pa rin iyon ng hindi pagiging totoo.

Naglaro sa isipan niya ang nakaraan...

Pinilig-pilig niya ang ulo. Hindi na dapat binabalikan ang pangit na pangyayari.

Muling naglaro sa isipan niya ang maaliwalas na mukha ng babaeng katabi kaya napamulat siya. Pagtingin niya sa gawi nito ay nakasandal na rin ito sa upuan. Nakapikit. Tila alipin na ng panaginip. Kahit sa pagtulog makikita ang kapanatagan sa mukha nito.

Hindi niya mawari kung ano'ng hatak mayroon ang katabi pero nagawa niyang pag-aralan ang anyo nito. Dahil nakapikit, litaw ang malalantik at mahahaba nitong pilikmata. Bumagay iyon sa katamtamang pagkasingkit ng mata nito, base sa nasaksihan niya kanina habang nakamulat ito. Tamang tangos ng ilong at mamula-mulang mga labi na bahagya pang nakaawang. Hindi naman iyon nakabawas ng ganda nito bagkus ay cute iyon sa paningin niya.

She's simply beautiful. Hiyaw ng isang bahagi ng kanyang isipan.

Simple lang ito manamit. Blouse at pantalon lang. Tanging relo ang aksesoryang suot nito. Nagtataglay ito ng makinis at katamtamang puti ng balat. Medyo mabalbon, pino ang mga iyon.

Nakatitiyak siyang hindi ito kabilang sa mundo ng mga alta-sosyedad na madalas niyang makasalamuha.

"Kuya Zecky, do you like her?"

Napaling ang atensyon niya sa nagsalita. Sa kaharap na upuan nakadungaw ang bunsong kapatid na si Sabrina. Ang labing-anim na taong gulang na dalagita ang nag-iisang babae sa kanilang apat na magkakapatid. Yumao na ang kanilang ina apat na taon na ang nakararaan.

3

"Sabrina, stop it."

Bagamat hindi nasilayan, alam ni Zeck na ang kanilang ama ang nagsalita. Ito ang katabi ni Sabrina. Napasimangot ang huli bago nagpasyang ayusin ang pagkakaupo. Nakahinga siya nang maluwag. Madaldal at maingay ito na kabaliktaran naman ng personalidad nilang apat na barako sa pamilya. Muli niyang tinapunan ng tingin ang katabi bago nagpasyang samahan ito sa pagtulog.

Naalimpungatan si Heiley sa mahihinang tapik sa kanyang pisngi kasabay ang tinig ng isang lalake na nagsasabing 'Miss, we're about to land'. Rinig din niya ang boses ng isang flight attendant na nagpapaalala sa mga pasahero. Unti-unti ang ginawa niyang pagmulat sa mata. Isang malawak na ngiti ang pinawalan niya na lagi niyang ginagawa sa tuwing gigising. Unti-unting nabura ang ngiting iyon nang mapagtantong nakahilig pala ang ulo niya sa balikat ng katabi. Dagli siyang napatuwid ng upo. Nasilayan niya ang pormal na mukha ng lalakeng katabi. Marahil hindi nito nagustuhan ang pagsandig ng ulo niya sa balikat nito. Mukha kasi itong mayaman at maselan.

"I-I'm sorry..." hinging paumanhin niya.

Hindi nito pinansin ang paghingi niya ng paumanhin, sa halip, may dinukot ito sa bulsa ng pantalon nito. Mayamaya'y in-spray-an nito ng hawak na maliit na botelya ng pabango ang balikat kung saan siya sumandal! Bagamat mabango at banayad ang amoy ng pabango nito hindi pa rin niya napigilan ang sariling bumulusok sa galit. Nainsulto siya nang husto sa inakto nito.

"Excuse me, hindi po ako naglalaway and if ever man na nalawayan ko iyang polo mo hindi naman ako bad breath para gawin mo ang nakakainsultong bagay na iyan sa harapan ko!" Natutop niya ang bibig sa pagkabigla. Masyado naman atang eksaherada ang reaksiyon niya. Pero

4

nangyari na ang nangyari, kaya wala na siyang magagawa kundi makipagtitigan sa sininghalan. Naroon pa rin ang galit sa kanyang mga titig.

Ito nama'y tila binabasa ang reaksiyon niya tapos ay nakangisi nitong sinabi "Miss, I don't see anything wrong with spraying a perfume, so stop staring at me like you are a cannibal."

Nakisabay sa tinis ng ugong ng makina ng eroplano ang pag-ahon ng galit sa dibdib niya nang marinig ang mga kataga nito. Naramdaman niyang sumayad na sa lupa ang eroplano kasabay niyon ay ang pilit na pagpapakalma sa kanyang sarili.

Nang ipaalam ng stewardess na maaari na silang bumaba ay agad niyang kinalas ang pagkakapulupot ng seatbelt sa kanyang katawan. Lakas loob niya muling binalingan ang seatmate na abala sa pagkuha ng bagahe nito.

"Mister," kalabit niya. Nakakunot-noo itong lumingon. "FYI, hindi masamang magpabango pero kung ginawa mo iyon in a mean way ibang usapan iyon." Pahablot niyang kinuha ang sariling bagahe. Paalis na sana siya nang may maalala kaya muli niya itong hinarap. "Isa pa, hindi ako cannibal at lalong hindi ako bad breath!" singhal niya dito at agad na humakbang palayo.

"Nice one!" thumbs up na singit ng isang dalagita sa harapan ng kinauupuan nila.

Nabigla man ay nginitian na lamang niya iyon. Habang nakamasid dito ay may nabunggo pa siya. Hindi na lang niya iyon pinansin at tuluyang naglakad palayo.

Pagkagaling sa airport ay nagpadiretso si Heiley sa bahay na tinutuluyan. Kasama niyang nanunuluyan doon ang ina at nag-iisang kapatid

5

na lalake. Sinalubong siya ng ina at kapatid na si Archie. Humalik ang mga ito sa pisngi niya.

Ate, nanlalake ka sa Korea, `no?" panunuksong bintang ng kapatid.

"Huh?" kunot-noong aniya.

"Kunwari ka pa. Amoy pabango ng lalake ang damit mo." Inamoy-amoy niya ang damit. Hindi naman. Pabango niya ang naamoy niya. "Huwag mo nga akong pag-trip-an. Hindi ko ibibigay ang pasalubong mo." Pananakot niya sa kapatid.

"Sa manggas naninikit iyong amoy. Mayroon pa nga sa leeg. Malamang nilapa ka sa leeg ng lalake mo!" pahalakhak na tukso nito.

Napaawang ang bibig niya. Naalala niya ang aksidenteng pagkakahilig sa balikat ng seatmate sa eroplano. Malamang doon niya iyon nakuha. Napasimangot siya nang maalala ang ginawang pang-iinsulto sa kanya ng seatmate niya na iyon. Mukha pa namang edukado hindi marunong gumalang sa babae. Pananamit at hitsura pa lang mukha na itong mayaman. Masasabi niyang may hitsura rin ito.

Teka! Bakit ba niya pinag-aaksayahang isipin ang ugok na iyon?

Nagbabanta niyang tinapunan ng tingin ang kapatid. Dito niya binaling ang pagkayamot.

"Sige na nga. Hindi ka na nanlalake. Iyong pasalubong ko, ha." Pakasabi niyon ay tumalikod na ito at lumakad palayo.

Ang ina naman ang napuna niya. Tila may bumabagabag dito.

"May nangyari bang hindi maganda habang wala ako?" usisa niya sa ina.

"Wala naman anak," pilit itong ngumiti. "Huwag mo na akong pansinin. Ganito talaga `pag tumatanda. Halina sa hapagkainan siguradong gutom ka na."

Nagpatiuna naman siya at isinantabi ang napansin. Nanabik siya sa luto ng ina kaya naparami siya nang kain. Nakatanggap siya ng tawag mula sa pinagtatrabahuhan at pinag-re-report agad siya bukas. Mabuti pala at umuwi na siya. Noong isang araw pa sana siya nandito kasama ng photographer at interpreter pero naisipan niyang magpaiwan para puntahan ang ibang magagandang lugar sa Seoul.

"Anak," tawag ng ina sa kanya habang kinakalikot niya ang kuko sa paa.

"Ma, kung ano man ang bumabagabag sa iyo sabihin mo na. Tungkol ba iyan kay Archie?" tukoy niya sa bunsong kapatid.

"Ano kaya kung ipagpatuloy mo na iyong pangarap mong makapag-aral sa Amerika ng Filming?"

Natigilan siya sa ginagawa. Kunot-noo siyang napatingin sa ina. Nakapagtatakang ito pa ang nag-uudyok sa kanya na gawin iyon samantalang dati-rati ay panay ang kontra nito sa plano niyang iyon kaya nga hindi na lang niya tinuloy ang balak.

"Huwag mo naman akong titigan ng ganyan, Heiley." Bihira lang siyang tawagin ng ina sa pangalan kaya talagang naguguluhan na siya sa inaakto nito. Nanatili siyang walang kibo sapagkat ramdam niyang may nais pa itong sabihin. "Naisip ko kasi nasa tamang edad ka na para pabayaan sa gusto mong gawin. Napatunayan mo na sa akin na kaya mo nang mabuhay sa sarili mong paraan. Hindi na ako gaanong mag-aalala kung malayo ka sa amin. Isa pa, gusto ko ring sundin mo ang pangarap mo."

Kumbensido naman siya sa mga sinabi ng ina ngunit malakas ang kutob niyang may iba pang dahilan kaya bigla na lang nito iyong inungkat. Iniwan niya ang ginagawa. Nilapitan ito at hinarap. Ginagap niya ang palad nito. "Ma, masaya at kuntento na ako sa kinahinatnan ng buhay ko ngayon.

Maaaring pinangarap ko ang filming dati pero hindi na iyon ang desire ng puso ko. Ang nais ko na lamang sa buhay ay makasama kayo ni Archie. Manatili tayong malulusog at maligaya na magkakasama."

Ngunit hindi nabawasan ng mga katagang binitiwan niya ang alalahanin sa mukha ng ina. Inagaw nito ang palad at tinalikuran siya. "Kung iyan ang desisyon mo wala na akong magagawa." Agad itong naglakad palayo. Naiwan siyang naguguluhan.

Nang kausapin niya ang bunsong kapatid, nalaman niyang may naging panauhin ang kanyang ina habang wala siya. Hindi naman daw nito narinig ang pinag-usapan ng mga ito sapagkat mismong ang ina ang nagbawal dito na makinig sa usapan. Simula raw noon ay naging balisa na ang ina at parating malalim ang iniisip.

Kapag nagkaroon siya ng pagkakataon, kakausapin niya ng masinsinan ang ina. Hindi puwedeng ganoon na lang ito palagi.

Ngunit ang balak na makasarilinan ang ina ay hindi niya mabigyan ng panahon sa kadahilanang maraming naka-line up na artikulo sa kanya para sa mga susunod na isyu ng TeenyMag. Bawat isyu ng nasabing magasin ay may isang artikulo siyang kontribusyon.

Minsan, nagmumula sa kanya ang topic, ideya o itatampok pero mas madalas na ang pamunuan ang nagbibigay niyon at bahala na siyang mag-research at dumiskarte sa artikulong inatang sa kanya. Mabuti at madalas pulos researching lang ang binibigay sa kanya. Minsanan lang ang magkaroon ng interview kaya ikinatuwa niya ang pambihirang panayam na iyon sa South Korea. Enjoy rin kapag sa big event or gig siya ina-assign na bihira mangyari sapagkat contributor writer lang naman siya.

Ang pinagtatakhan niya, sa mga susunod na buwan pa naman isasama ang ilang artikulo na pinagagawa sa kanya kung madaliin siya parang deadline na.

8

Sa kabilang banda, naisip niyang mas maigi iyon. Magiging maluwag ang oras niya sa mga susunod na buwan. Magkakaroon na siya ng oras para makausap nang masinsinan ang ina tungkol sa bumabagabag dito.

Isa pa, mas dapat niyang pagtuunan ng oras ang pagiging exclusive writer and editor ng D Elite magazine sapagkat doon siya may kontrata.

Ayon sa pamunuan ng D Elite, aprubado na ang susunod na itatampok na pamilya sa nasabing magasin. Mga kilalang tao at galing sa alta-sosyedad na mga angkan ang itinatampok dito.

Sa kasalukuyan, ang target ay angkan ng mga Santillan. Ayon sa karamihan, mga pribadong tao ang mga ito at bihira mapapayag sa isang panayam. Nabibilang sa daliri ng isang kamay ang artikulong nababasa ukol sa personalidad ng bawat miyembro ngunit hindi naman mabilang sa daliri ng kamay at paa ang ilang artikulong nagpapakilala na ang angkan ay isa sa pinakamayayaman sa bansa at angat sa usaping negosyo. Marami-rami nang naitampok sa D Elite pero sa palagay niya, ito ang pinakapag-uusapan at aabangan ng mga mambabasa ng nasabing magasin.

Wala sa loob na tinapunan niya ng tingin ang folder na naglalaman ng impormasyon tungkol sa mga Santillan. Bubuklatin na lamang iyon nang mag-ring ang telepono. Agad niyang dinampot ang awditibo.

Ang matalik na kaibigang si Cindy ang nasa kabilang linya. Pinaalala nito ang usapan nilang pagkikita mamaya. Saglit lang naman ang naging pag-uusap nila. Alam kasi nito na madalas siyang makalimot sa usapan kaya sanay na siya sa pagpapaalala nito. Sa totoo lang, nakalimutan nga niya na may usapan sila.

Simpleng t-shirt at pantalon lang ang suot ni Zeck habang papasok sa hindi gaanong class na restaurant. Sapat lang ang get-up niya sa tinukoy na lugar. Dumiretso siya sa counter area para itanong kung saang mesa ang inukopa ng katagpong kaibigan. Iginiya naman siya ng isa sa mga waiter sa lugar. Tinuro nito ang mesa na inuukopahan ng isang babae. Nagpasalamat siya at binigyan ng tip ang binatilyong waiter.

"You must be Cindy. Where is Troy?" untag niya sa babaeng abala sa pagkalikot ng hawak nitong cellphone. Nang mag-angat ito ng mukha ay pareho pa silang nagkagulatan. Umahon ito sa kinauupuan at handa na sanang magsalita ngunit nabitin sa ere.

"We're late!"

Kapwa sila napalingon sa direksiyon ng mga paparating. Si Troy iyon kasama ang isang simpleng babae. Kung ganoon, hindi pala ang nadatnan sa mesa ang kasintahan ng matalik niyang kaibigan. Nang makita niyang nag-beso-beso ang dalawang babae ay nahulaan niyang kaibigan ng kasintahan ni Troy ang babaeng nadatnan sa mesa kanina. Naramdaman niya ang tapik ng kaibigan sa likod niya.

"Early bird ka talaga, pare at early worm din pala itong si Heiley. Siguro kung nagpa-late pa kami ng konti, natuka na ng bird ang worm." Humagalpak ito ng tawa pagkasabi ng mapagbiro at makahulugang linya.

Napapailing na lang siya. Nakita niyang pinamulahan ang tinawag ni Troy na Heiley samantalang pigil naman ng kasintahan nito ang tawa. Pormal nitong pinakilala si Cindy bilang kasintahan. Nasa middle class lang ang antas ng pamumuhay ng kasintahan ng kaibigan. Sa rami ng naging kasintahan nito sa alta-sosyedad kagulat-gulat na mauuwi lang ito sa isang simpleng dalaga. Ganoonpaman, suportado niya ang kaibigan. Mukha namang in-love at inspired ang loko.

Nang ipakilala ay nagkamayan at nagngitian lang sila ng dalagang Heiley kung tawagin. First name basis lang ang pagpapakilanlan. Inutusan pa siya ng kaibigan na lumipat sa tabi ng dalagang wala pa ring imik at panay lang ang ngiti. Halatang-halata namang pilit.

Bahagyang inusod ni Heiley ang kinauupuan nang tumabi ang binatang nagngangalang Zeck. Akalain mong magkikita pa sila ng naging seatmate niya sa eroplano kamakailan lang? Kailangan niya talagang iwasang madikit masyado rito. Mahirap na baka mainsulto uli siya. Isa pa, masyado itong mabango baka manikit na naman ang amoy nito sa damit niya at ma-okray uli siya ng kapatid.

Hindi niya rin mawari ang ilang na nararamdaman. Nang magdantay ang mga kamay nila kanina ay may kakaibang kuryenteng dumaloy pataas sa sa braso niya kaya nga nabawi agad niya ang kamay.

Hindi na siya nabigla nang i-announce ng dalawa na ikakasal na ang mga ito, pero nang malaman na siya ang magiging maid of honor at bestman ang kanyang katabi ay hindi siya mapakali. Masyadong maselan ang Zeck na ito para pakisamahan. Minsan na niya itong naging seatmate kaya kabisado na niya ang pagiging maselan nito.

Nakita ng sulok ng mata niyang napatingin sa relong pambisig ang katabi. Mayamaya ay umahon ito sa kinauupuan. "I'm sorry but I still have an appointment." Pinaling nito ang tingin kay Troy. "Expect me on your wedding day." Tinapunan din nito ng tingin si Cindy tapos ay siya. Hindi mapagkit ang tingin niya rito sapagkat matamis ang ngiti nito habang titig na titig sa kanya. Kaswal itong nakipag-beso kay Cindy kaya bigla siyang naalarma.

Well, bakit ba siya natataranta? Beso-beso lang naman. Umahon siya sa kinauupuan para salubungin ang papalapit na binata. Nagregudon ang puso niya nang dumapo ang halik nito sa pisngi niya, lalo nang marinig ang bulong nito.

'I love your sweet scent.'

May gumapang na kung anong kuryente sa katawan niya nang marinig iyon. May kakaiba siyang naramdaman sa bulong nito, tila kiniliti ang kanyang puso. Ang lakas ng tibok ng puso at natutuliro siya habang tanaw ang papalayong binata.

11

"Gotcha!" Makahulugang tumingin si Troy sa kanya. "Zeck is single and available," tudyo pa nito.

"He's not my type," kaswal niyang sabi sabay balik sa kinauupuan.

"Pero attracted ka, aminin." Si Cindy iyon.

"I've seen a lot of hunk and gorgeous men, Zeck is just an ordinary man to me." Totoo naman ang sinabi niya. Kung hindi lang dahil sa pangit na engkuwentro nila baka madali lang itong nabura sa isip niya. Mukhang sa pagkakataong ito ay hindi na talaga niya ito makakalimutan. Kakaiba ang naramdaman niya kanina nang magkalapit sila. Ang dampi ng labi nito sa pisngi niya ay ramdam pa niya hanggang ngayon.

"He's maybe hunk and gorgeous but he's not into publicity like the people you've been seeing, Heiley. Zeck is a very private person."

"Naku, Cindy. Huwag mo nga akong ipapares sa kanya. Hindi kami magka-level ng antas sa buhay. Simpleng lalake lang ang gusto kong asawahin."

Ayoko sa maseselan! Iyon sana ang pinakapunto niya pero siyempre hindi niya iyon puwedeng isiwalat. Mabubuko na nakilala na niya ito dati.

"Well, linya ko iyan dati pero nasaan ako ngayon," anito sabay hilig sa kasintahan. Tila nanunudyo namang ngumiti si Troy.

Hindi na lang siya umimik. Nagpasya na silang maghiwa-hiwalay matapos mapag-usapan ang mga plano. Siyempre dahil magiging abala siya hindi niya matutulungan ang kaibigan sa preparasyon. Nangako naman siya na kung may oras ay tutulong siya. Mabuti at maunawain naman ito.

Nanlaki ang mata ni Heiley nang mabasa ang pangalang Zeck sa magkakapatid na Santillan lalo pa nang makita ang larawan nito. Napaupo siya mula sa pagkakadapa sa kama. Bigla siyang naging interesado sa impormasyong nakasulat kaakibat ng pangalan nito.

Sa edad na dalawampu't walong taong gulang ay angat na ito sa larangan ng pagnenegosyo. Napantayan na nga nito ang panganay na kapatid. Sakop ng negosyo nito ang telecommunication at transportation. Iba pa ang shares nito sa negosyo ng pamilya na isang real estate business. Bukod sa mga napagtagumpayan at general information ay wala nang interesante sa nabasa niya. Tila wala itong personal na bagay na binabahagi sa midya tulad din ng ibang miyembro ng pamilya.

Matapos maanalisa ang mga impormasyon ay pinagpuyatan naman niyang i-type ang kanyang mga katanungan. Nakatulog siyang ang laman ng isip ay mga Santillan kaya hindi nakapagtatakang napanaginipan niya ang isa sa mga iyon.

Ang sama ng gising niya kinabukasan kaya nakabusangot siya hanggang sa almusal. Managinip ka ba namang inihulog sa eroplano ng isang maselang seatmate at sa kasamaang palad bumagsak pa sa dagat. Hindi na nga siya marunong lumangoy marami pang pating ang nag-aantay na siya ay kainin. Parang rinig pa niya ang halakhak ng kontrabidang lalake sa kanyang panaginip. Si Zeck Santillan ay isang masamang bangungot!

Mayamaya ay napaisip siya. Hindi kaya masamang pangitain iyon? Nakaramdam siya ng kaunting kaba sa naisip. Ngayon lang nangyaring tila nais niyang umurong sa napipintong pakikipanayam. Kapagdaka'y pumasok naman sa isip niya ang kasabihang kabaliktaran daw ang panaginip sa totoong buhay. Natawa siya bahagya. Kung kabaliktaran nga. Masaya kung siya ang maghahagis sa Zeck na iyon sa eroplano at ito ang lalapain ng pating. Muli siyang napasimangot, as if puwedeng mangyari iyon.

"Ma, si Ate Heiley, buang na. Sisimangot, tatawa tapos sisimangot ulit." Narinig niya ang paratang na iyon ni Archie.

"Bakit alam mo ba ang tinatakbo ng isip ko para sabihin mong buang ako?" sita niya sa kapatid. "Mas madalas kitang mahuling paiba-iba ang reaksiyon kahit mag-isa ka lang kaya baka ikaw ang buang."

"Pikunin." Pinagpatuloy nito ang pagkain. "Bakit in love ka ba, ate?" anito sa pagitan ng pagnguya.

"At bakit mo naman natanong iyan?" Humigop siya ng mainit na kape.

"Ganyan lang ako `pag in love ako eh."

"Hindi ako in love."

"Buang ka nga. At least ako may rason kapag nagkakaganyan."

"Sige lang. Mang-asar ka pa para wala kang allowance."

"Blackmailer!" nakabusangot na paratang nito.

Pinandilatan niya lang ang kapatid. Lihim siyang natatawa. Kapag allowance na ang pag-uusapan, nananahimik na ang kapatid. Takot lang nitong walang pang-date. Unti-unting nawala ang ngiti sa labi niya nang mapansin ang pananahimik ng ina. Tila tagos sa mesa ang tingin nito. Oo nga pala, hindi pa pala niya ito nakakausap ng masinsinan.

CHAPTER 2

Excited at kinakabahan si Heiley habang lulan siya ng van papasok sa villa ng mga Santillan. Isang napakalaking karangalan para sa management ng D Elite na paunlakan sila ng mailap na angkan. Nagulat pa nga ang management, nang personal na pumunta roon ang panganay na tagapagmana para ipaalam lamang na pumapayag ang pamilya nito na itampok sa susunod na isyu ng magasin. Hindi niya aaksayahin ang pagkakataong iyon kaya pagbubutihin niya ang trabaho.

Lalong nadagdagan ang kaba sa dibdib niya nang huminto na ang sasakyan. Kinakabahan siya sa napipintong pagkikita nila ng maselang si Zeck.

Heiley, just relax...

Inhale, exhale ang ginawa niya para pakalmahin ang sarili pero parang mas lalo pa atang nadagdagan ang kaba sa dibdib niya.

Bahala na!

Nang bumaba sila ng ilang staff na kasama niya ay sinalubong sila ng mga katulong. Nilibot niya ang paningin pero ni isang pagkakamalang miyembro ng pamilya ay wala siyang nahagilap. Bigla siyang na-disappoint. Hindi makatao ang mga Santillan. Iyon agad ang konklusyong nabuo niya. Ganoon na ba kahirap salubungin ang bisita?

Kung sabagay, hindi naman sila panauhing naimbetahan. Mga hamak lang silang mediamen para pag-aksayahang i-welcome ng matatayog na Santillan.

Hindi pa man nakakadaupang-palad ang mga ito hindi na niya gusto ang uri ng inasal ng angkan. Naturingang pinoy hindi hospitable!

Nawala ang pagka-irita niya nang papasok na sila sa mansyon. Bumalik kasi ang kaba sa dibdib niya.

"Sino po sa inyo si Miss Conteza?" pukaw ng isa sa mga katulong.

"A-Ako iyon," nangingiming sagot niya.

"Sumunod po kayo sa akin."

"S-Sandali. Paano iyong mga kasama ko?"

"Susunod ho sila sa akin," singit ng isang katulong.

Nagtaka man ay nagpatianod na lang siya. Dinala siya ng sinundang katulong sa isang malaking silid-tulugan.

Napasinghap siya nang ihayag nitong iyon ang magiging pansamantalang silid niya habang nanunuluyan doon. Oo nga pala. Ideya ng angkan na doon sila mamalagi habang ginaganap ang panayam kaysa gumastos pa raw sila sa hotel.

Nang ilibot niya ang paningin sa buong silid ay namangha siya sa laki at ganda ng mga kasangkapang naroon. Mas maganda pa ang silid na iyon sa silid ng mga hotel na natulugan na niya kaya binabawi na niya ang nasabi kanina. Ang mga Santillan ay hindi lang hospitable. Ubod ang pagka-hospitable!

Palabas na ang katulong pero hindi pa rin siya makapaniwala. "Wait!" Agaw niya sa atensyon nito na agad namang lumingon. "Kalapit silid ko ba ang mga kasamahan ko?"

"Ipagpaumanhin ninyo, Miss Conteza pero hindi ko po alam ang isasagot sa inyong katanungan. Sumusunod lang ho kami sa utos. Kung hindi ninyo mamasamain, maiwan ko na po kayo." Hindi na nito inantay pa ang reaksyon niya. Agad nitong sinara ang pinto.

Kibit-balikat na lang niyang sinimulan ang pag-aayos ng gamit. Hindi naman pala ganoon kasama ang mga Santillan. Marahil, abala lang

16

ang mga ito kaya hindi sila nasalubong. Napansin din niyang tila magagalang ang mga naninilbihan sa pamilya. Hindi niya nakitaan ng pagkatakot sa amo ang mga iyon na karaniwang nakikita niya sa mga naninilbihan sa ilang mayamang angkan na tinampok sa D Elite. Lalo tuloy siyang nanabik na makilala ang bawat miyembro.

Unang nakadaupang palad ni Heiley ay ang haligi ng tahanan. Si Zacarias Santillan. Prominente at kagalang-galang itong tingnan. Bagamat pormal, kapag may tanong siyang nakapagpapangiti ay hindi nito pinagdadamot ang sinserong ngiti na sumisilay sa mga labi nito.

"Maraming salamat po sa pagkakataong ito at sa inyong kooperasyon, Mr. Santillan." Taos pusong pasasalamat niya matapos ang panayam. "Salamat din pala at hinayaan ninyong dito kami manuluyan hanggang matapos ang aming pakay."

Masasabi niyang likas na galante ang angkan. Hindi naman pala masyadong businessminded ang mga ito. Patutuluyin sila rito nang libre lahat at ang tanging sukli na hinihiling ay isang patas at magandang pagtatampok.

"Walang anuman, hija." Umahon ito sa kinauupuan. "Kung may request ka para sa ikagaganda ng pagtatampok sa aking pamilya huwag kang mahihiyang magsabi."

Lumuwang ang ngiti niya sa narinig. "Gagawin ko po ang lahat para lumabas na kaaya-aya ang pagtatampok ng D Elite sa angkan ninyo."

"Miss Conteza, kung nais mo bibigyan ko pa kayo ng silid-pulungan. Magtakda lang kayo ng oras para sa inyong pagpupulong." Iyon lang at pormal nitong nilisan ang lugar. Nakahinga siya nang maluwag.

Kinagabihan paulit-ulit niyang pinakinggan ang recorded interview sa haligi ng Santillan. Inanalisa nang maigi ang mga naisulat niya habang

17

kapanayam ito. Matapos makapag-isip ng tamang deskripsiyon ay agad niyang tinipa ang keyboard ng sariling laptop. Buong magdamag niyang inabala ang sarili sa pagbuo ng artikulo tungkol sa haligi ng tahanan. Nakatulugan na nga niya iyon.

Humihikab pa siya nang pasukin ang entertainment room kung saan gaganapin ang interview sa panganay na si Xander Santillan. Ito raw ang paborito nitong lugar. Nasa konsepto kasi nila na kunan ang panayam sa mga paboritong lugar ng mga kakapanayamin. Kahapon ay sa lounge area ng master bedroom kinunan ang panayam niya sa haligi ng pamilya.

Elegante at simple ang pagkaka-desinyo ng set designer staff sa buong silid. Tama lang sa kanyang paningin. Hindi nasapawan ng mga dekorasyon ang entertainment look ng silid bagkus ay napalitaw pa iyon lalo.

Naabutan niyang inaayusan pa lang ng make-up artist at stylist ang kakapanayamin kung kaya naupo muna siya sa namataang mahabang sofa. Habang naghihintay ay pinasadahan niya ang kopya ng mga katanungang ginawa. Hindi niya mapigilang humikab. Kaunti lang kasi ang tulog niya.

"You should sleep first, Ms. Conteza."

Napapitlag siya. Nasa harapan na pala niya si Xander. Bigla siyang napaahon. "I'm sorry. Don't mind me Mr. Santillan. I can manage. Let's start now."

"You're lack of sleep, Ms. Conteza. It'll affect our conversations."

"No. We need to fi—" Hindi niya natuloy ang sasabihin sapagkat muli siyang napahikab.

"See?" Tila napahiya naman siya sa tinuran nito. "We will just do the pictorial first while you're in dreamland." Pakasabi niyon ay tinalikuran siya nito.

18

Wala siyang nagawa. Lumabas na lang siya ng silid. Pahiyang-pahiya siya sa nangyari pero sa palagay niya ay mas nakabuti nga iyon sapagkat antok na antok talaga siya.

Naalimpungatan si Heiley mula sa mahimbing na pagtulog nang maramdamang may nakatitig sa kanya. Hindi nga siya nagkamali. Pagmulat na pagmulat ng mata ay isang pamilyar na mukha ng binata ang nabuglawan niya. Si Zeck. Ang lapit-lapit ng mukha nila sa isa't isa. Naitulak niya ito at napabalikwas siya ng bangon.

"Ano'ng ginagawa mo rito?!" marahas na tanong niya habang aninag ang matinding pagtatakang nakaguhit sa noo niya. Siyempre alam niyang tagarito ito pero bakit ito nasa loob ng kuwarto niya?

"That's supposed to be my line." Aninag din dito ang labis na pagtataka ngunit hindi nakaligtas sa paningin niya na nagtataglay ito ng mukhang kababaliwan ng kababaihan. Hindi niya iyon napansin noong una nilang engkuwentro. Marahil dahil sa pangit na pagkakakilala nila. Sa pangalawang engkuwentro naman ay halos hindi niya ito matingnan sa labis na pagka-ilang.

Nilibot niya ang paningin sa paligid. Napanganga siya. Hindi ito ang silid niya!

Saglit siyang nag-isip. Mayamaya ay naalala niya ang interview.

Dali-dali siyang bumaba sa kama at patakbong tinungo ang pinto ngunit bago pa man niya mahawakan ang seradura ay naunahan na siya ni Zeck. Tinitigan niya ito ng matalim. "Let me out," mariing utos niya. Tiningnan niya ito sa nagbabantang paraan.

Napangisi lang ito. "You're still wearing that cannibal look of yours, huh."

Nakaramdam man ng inis sapagkat tinawag na naman siya nitong cannibal mas pinili pa rin niya ang magpakahinahon. "I'm here to do my job so please let me go." Naroon pa rin ang iritasyon sa mukha niya. Lalo lang siyang na-insulto nang tila naaaliw itong humalakhak.

19

May nakakatawa ba sa sinabi niya? Goodness!

"Your cannibal look and your false conclusions," anitong tila namamangha. "I'm glad we've seen each other again." Pakasabi niyon ay ito pa ang kusang nagbukas ng pinto. Hindi niya inaksaya ang panahon, agad siyang lumabas ng silid. "See you soon." Narinig niya pa ang tila nanunudyong pahabol nitong kataga.

Kinagabihan mas maaga niyang sinimulan ang pagbubuo ng artikulo tungkol sa panganay na si Xander Santillan. Panaka-nakang sumasagi sa isip niya ang hayagang pagpapakita nito ng interes sa kanya habang nagaganap ang panayam. Gusto nga niyang matunaw sa mga titig ng binata kanina mabuti na lang magaling siyang magdala ng sitwasyon. Walang dudang guwapo ito, makisig at gentleman pero hindi ito ang tipo niya sa isang lalake. Pagkailang lang ang naramdaman niya rito. Wala iyong tinatawag na spark. Iyon bang matataranta ang puso't isip niya maramdaman lang ang presensiya ng isang binata. Sakto namang sumagi sa isip niya si Zeck.

Pinilig-pilig niya ang ulo.

Ano ba naman iyang iniisip mo, Heiley? Mangilabot ka nga! Nandito ka para gawin ang trabaho mo hindi para asaming matatagpuan dito ang lalakeng itinadhana sa iyo.

Pinagpatuloy na lang niya ang pagtipa na nakadapa sa kama. Mayamaya ay tutok na tutok na siya sa ginagawa. Nang matapos ay tinupi niya ang laptop. Nag-inat-inat. Napahikab.

Unti-unti siyang hinihila ng antok...

Unti-unti siyang napapikit...

20

Maganda ang gising niya kinabukasan. Sakto lang ang tulog niya. Magaan ang pakiramdam niyang tinungo ang kalapit silid. Ngayon niya lang nalaman na kahilera pala ang silid na tinutuluyan niya sa silid ng magkakapatid na Santillan. Hindi nakapagtatakang namali siya ng pasok kahapon sa silid ng kakapanayaming si Zeck Santillan. Ni sa hinagap hindi niya inakalang pagtatagpuin pa sila ng ugok na mapang-insultong seatmate niya sa eroplano kamakailan at naging seatmate uli sa isang restaurant. Oo. Si Zeck Santillan ang tinutukoy niya. Akalain mong mga bestfriend pala nila ay magkaka-inlove-an.

Tiniyak niyang hindi na siya makakarinig ng anumang pang-iinsulto mula rito. Ilang ulit kaya siyang nag-toothbrush at nagmumog ng mouthwash para wala itong mapuna sa hininga niya. Hindi niya talaga matanggap ang inakto nito noon sa eroplano.

Maaliwalas ang mukha at hindi mapagkit ang ngiti niya nang pasukin ang silid ng binata para hindi na nito ulit-ulitin ang katagang cannibal.

Huh! Tingnan ko lang kung mainsulto mo pa ako.

Nasalubong niya ang dalawang katulong. Mukhang may inihatid ang mga iyon doon.

"Nakakatakam talaga ang kakisigan ni Sir Zecky!" kinikilig na wika ng isa.

Napataas ang kilay niya sa narinig.

"At iyong mga titig niya sa camera parang gusto kong maghubad sa harapan niya at sunggaban siya ng maaalab na halik!" kinikilig at nanggigigil na wika naman ng isa. Sabay pang naghagikhikan ang dalawa habang papalayo sa lugar.

Napakibit-balikat na lang siya. Kung ganoon on going na pala ang pictorial.

Hmm...matingnan nga...

Hindi niya ugaling manood ng mga pictorial pero gusto niyang alamin kung makatotohanan ba ang mga katagang binitiwan ng mga katulong.

"Miss Heiley, manonood kayo ng pictorial?" hindi makapaniwalang wika ng isang staff na unang nakapansin sa pagdating niya.

Pinamulahan siya sapagkat ang lahat ng atensyon ng mga naroon ay napaling sa kanya including Zeck. Nasa ibabaw ito ng kama. Nang magtama ang paningin nila bigla siyang nahiya. Umiwas siya ng tingin at pinaling sa staff na kumausap sa kanya. "Wala na kasi akong magawa. Nababagot akong maghintay."

Napatango-tango lang ito saka muling tinutok ang atensyon kay Zeck. Ganoon din naman siya. Bagamat sa camera nakatutok ang tingin ni Zeck pakiramdam niya ay nakatitig ito sa kanya. She couldn't resist his charm. She found herself being magnitize by his magnetic gaze.

He's comfortably lying on top of his bed. Nakatagilid habang nakasandal ang ulo sa nakatungkod na kanang kamay. Pinaka-kapansin-pansin dito ay ang nakalantad nitong ka-machohan sa suot na puting polo na hindi nakabutones. Sadyang inihantad ang matipuno nitong dibdib at may abs nitong tiyan. He's so masculine from the chest to abs down to the lower hips. Lower waist kasi ang pantalong suot nito kaya litaw ang hugis ng tadyang nito.

Natuon ang pansin niya sa mukha nito. Ngayon niya lang ito natitigan nang matagal. Nagtataglay ito ng matang tila hinuhubaran ang sinumang matamaan n`on. Pangahang mukha. Matangos na ilong. Manipis na labi, kulay rosas at mas maganda pa ata ang hugis niyon kung ikukumpara sa hugis ng labi niya. Katamtamang puti ng balat at well built na katawan. Mukhang mas matangkad din ito ng tatlong pulgada sa kanya na five foot and four inches.

"Join me now, Miss Conteza..."

Hindi na niya alam kung totoo ba ang naririnig o naghahalusinasyon na siya. Nang magtama ang paningin nila tila siya nahipnotismo. Ang tanging nakikita niya ay ang mapang-akit nitong anyo at ang tila nang-aanyaya nitong titig. Ang tanging naririnig ay ang malakas na tibok ng kanyang puso...

"Miss Heiley, kanina pa ho kayo tinatawag ni Mr. Santillan."

Tila siya binuhusan ng tubig sa bulong na iyon ng kasamang staff.

Napakurap-kurap siya.

Napapikit ng matagal.

Humugot ng sapat na lakas bago tinungo ang kinaroroonan ng binata. Prente na itong nakaupo sa gilid ng kama. Nag-alangan pa siya kung saan ba siya pupuwesto.

"Are you going to sit beside me or in my lap?" nanunudyong anito sabay tawa ng bahagya.

Kanina pa nanghihina ang tuhod niya at lalong nagregudon ang puso niya kaya napilitan siyang maupo sa tabi nito pero binigyan niya iyon ng sapat na distansiya.

Heiley, ano ba'ng nangyayari sa `yo? Chillax!

Tinapunan niya ng tingin ang hawak na questionare at kitang-kita niya ang panginginig ng kamay. *Shit!*Tinapunan niya ng tingin ang ilang taong naroon. Pinilit niyang magpakawala ng ngiti na nagsasabing ayos lang siya. Nang harapin niya si Zeck at makita ang matamis na ngiti nito ay parang nalaglag ang puso niya sa sahig.

Nanlaki ang mata niya nang gagapin nito ang palad niya. Nabawi niya iyon sapagkat may dumaloy na kuryente mula sa hinawakan nito pataas.

"Your hand is so cold..." may pag-aalala sa himig na turan nito. Nagulat siya nang tumayo ito at humarap sa karamihan. "I want everybody leave this room except you Ms. Conteza."

Napasinghap siya. Gusto niyang tumutol pero wala ni isang kataga ang namutawi sa bibig niya. Nanatili lang nakaawang ang mga iyon.

Lalo atang nanghina si Heiley nang mapagsolo na sila ni Zeck sa silid. "B-Bakit mo sila pinalabas?" sa wakas may nasabi rin siya.

Nangiti ito. "It's very obvious that you're not ease with me, Ms. Conteza." Muli itong naupo sa tabi niya pero napakalapit naman ata nito. Napaurong siya nang tangka nitong hawakan ang pisngi niya. "I want you to be ease with me, Ms. Conteza. Paano natin ipagpapatuloy ang interview kung nanginginig ang buong katawan mo, nanlalamig ang kamay mo at hindi mo ako magawang titigan?"

Umiwas siya ng tingin. Napahiya na naman siya. Nakakainis. Kung napuna nito ang mga iyon malamang pati mga staff. Napabuntong-hininga siya. Naramdaman niyang umusod ito palapit. Awtomatiko siyang napaharap dito.

Nagkatitigan sila.

Nang simulan nitong haplusin ang pisngi niya ay hindi na siya tumutol.

Ano ba'ng nangyayari sa `yo, Heiley?

Bakit ba hindi niya magawang ma-relax? Marami naman siyang nakasalamuha na kasing-guwapo at macho nito pero bakit iba ang impact nito sa kanya.

"Do you wanna overcome your nervousness?" tanong nito. Napatango lang siya. "Then please cooperate..." halos pabulong lang na anito. "Give me your hands." Sinunod niya ito at ngayo'y sakop na ng dalawang palad nito ang magkasalikop niyang palad. Pinisil-pisil nito iyon. Unti-unting nawala ang panginginig at panlalamig ng kamay niya. "Does it

24

feel good?" Nahihiya pa rin siyang tumango. Medyo gumaan ang pakiramdam niya nang masilayan ang ngiti nito. "Now, look at me straight to the eye." Nag-alinlangan pa siyang titigan ito pero sa huli ay nagawa niyang gawin ang utos nito.

Nangusap ang kanilang mga mata.

Nakaka-magneto talaga ang titig nito.

Unti-unti siyang nilamon sa kawalan.

Nang unti-unting bumaba ang mukha nito ay hindi siya nakatutol sa maaaring mangyari.

Their lips met...

She just close her eyes and feel the sensation of his soft and gentle kisses...

Muli siyang nanghina at muling bumilis ang tibok ng puso niya.

Napaungol siya nang pawalan nito ang labi niya pero saglit lang iyon. Tila kumuha lang ito ng hangin para hindi pangapusan ng hininga.

Naging mapanudyo ang mga sumunod nitong halik kaya hindi niya napigil ang sarili. Buong suyo niyang tinugon ang halik nito. Naramdaman na lamang niyang unti-unti siya nitong inihihiga habang magkalapat pa rin ang kanilang mga labi. Napakapit na siya sa batok nito.

OMG! Nalulunod siya sa halik nito.

Ngunit kung kailan tangay na tangay na siya sa kapusukan nito saka naman ito kumalas. Umalis ito sa pagkakadagan sa kanya at naupo sa gilid ng kama. Hindi niya magawang bumangon. Nanatili siyang nakahiga at nakatitig sa kisame. Napapikit siya. *Boba ka talaga, Heiley!*

"Fix yourself, Ms. Conteza." Tumayo ito. Hindi niya alam kung saan ito pumunta.

She wanted to cry but she managed to control her emotions. Umahon siya at inayos ang sarili. Halik lang iyon pero parang pakiramdam niya naisuko niya ang sarili ng buo rito. Tila may bahagi ng pagkatao niya ang tinangay pagkaalis nito.

Patigil-tigil siya sa pagtipa habang binubuo ang artikulo tungkol kay Zeck. Paulit-ulit sa isipan niya ang naganap na halikan sa pagitan nila. Tila ramdam niya pa ang malalambot na labi nito at ang masarap na sandaling pinagsaluhan nila.

Nagpakawala siya ng malalim na paghinga.

Ginawa nito ang bagay na iyon para tulungan siyang maging palagay rito. Nakatulong iyon kahit papaano. Nawala ang panginginig ng katawan at panlalamig ng kamay niya pero naroon pa rin ang pagka-ilang. Mas nadagdagan pa dahil sa namagitan sa kanila. Mabuti nga at nagawa niya nang maayos ang panayam. Mas mukha pa nga itong propesyunal sa kanya. Habang ginagawa niya ang panayam dito, hindi man lang niya nakitaan na nabagabag ito sa ginawa nila. Tila ba napakadali lang nito iyong nalimot samantalang siya hanggang ngayon ginugulo ng tagpong iyon ang kanyang sistema.

Hindi naman niya first time mahalikan pero first time niyang naramdaman ang ganoon ka-intense na sarap, pananabik, at ligaya.

Tinatanong niya ang sarili kung in love na ba siya kay Zeck pero hindi puwedeng ma-in love siya ng ganoon kabilis. Siniksik na lang niya sa utak na marahil magaling lang talaga itong humalik. Nadala siya kaya hindi niya malimutan ang tagpong iyon. Pasasaan pa at matatapos na rin niya ang pakay at malaya na siyang makakaalis. Kakalimutan niya ang mga nangyari at mamumumuhay ng normal. Sa panglimang araw niya sa mansyon nakilala niya ang pangatlo sa magkakapatid. Si Zoren. Tahimik. Palaaral kaya sa library ang venue ng panayam nito. Kahit palaaral ito hindi naman nerd ang hitsura. Binatilyo pa pero nakasisiguro siyang matatalo pa nito sina Xander at Zeck kapag naging ganap na itong binata.

Sa kasalukuyan, katatapos lang ng panayam niya kay Sabrina. Kabaliktaran ito ng tatlong lalake. Madaldal at jolly. Heto nga at kahit tapos na ang panayam ay nais pa rin nitong makipag-kuwentuhan sa kanya.

Oo nga pala. Ito rin ang dalagitang nag-thumbs up sa kanya sa eroplano nang singhalan niya si Zeck. Noong pinag-aaralan niya ang datus tungkol sa mga Santillan namukhaan na niya ito sa larawang nakapaskil kaakibat ng pangalan nito kaya isa ang pakikipanayam dito ang pinanabikan niya.

Nakalusong ito sa swimming pool habang siya ay nakalusong lang ang mga binti sa tubig ng pool habang nakaupo. Iyon ang paborito nitong lugar.

"How do you find my kuya Zeck?" Nakasampa ang dalawang braso nito sa gilid ng pool habang nakalubog pa rin ang katawan sa tubig.

Nagulat man sa tinanong nito napilitan siyang sumagot. "Nerve racking!" turan niya sabay hagikhik.

"Hmmm...How about my kuya Xander?"

"Calm and gentle," matamis na ngiting sagot niya.

"And Zoren?"

"Future heartthrob!" agad na sagot niya sabay hagikhik.

Napahagikhik na rin ito. "Hmmm...me?" kapagdaka'y anito.

"Hmmm...amusing pretty lady."

"Sounds good. Hmmm...can you add hot in your description?" Nanunudyo itong tumingin sa kanya.

Bahagya siyang natawa. "Silly girl."

"Please..." pagsusumamo nito.

27

"Amusing hot pretty lady. Hmm...mas okay nga."

Sabay silang naghagikhikan.

"Sana dito ka na lang nakatira, Ms. Conteza." Biglang sumeryoso ang paligid.

"Hindi naman puwede iyan."

"Gusto kitang maging bahagi ng pamilya. Akitin mo na lang ang isa sa mga kuya ko."

Natawa lang siya sa tinuran nito. "Hindi ako bagay sa mga mala-adonis mong mga kuya."

"You're so pretty kaya."

"Alam ko pero mas marami pa ring magaganda sa mundong ginagalawan ng mga kuya mo, `no!"

"You're simply beautiful at iyon ang type ng mga kuya ko."

"Huwag mong binebenta ang mga kuya mo sa `kin wala akong pambayad," pabirong aniya.

"Hmmm...sino ba sa kanila ang type mo?"

Natigilan siya. Sumagi sa isip niya si Zeck at ang halik na pinagsaluhan nila. "Umahon ka na nga diyan baka sipunin ka. Kanina ka pa nakababad eh," pag-iiba niya sa usapan.

"May type ka sa mga kuya ko eh. Umiiwas ka. Siguro si kuya Zeck ang type mo."

"B-Bakit mo naman nasabi `yan?"

"Nabalitaan ko nagsolo kayo sa room niya noong panayam ninyo. Pinormahan ka ba niya?"

Napilitan siyang umahon sa pagkakaupo para iiwas ang mukha. Ramdam niya kasi ang pamumula ng pisngi. "Tinulungan niya lang akong maging ease sa kanya."

"In what ways?"

"A-Akin na lang iyon."

"I can't blame you. Marami naman talagang natataranta sa charm ni Kuya Zeck eh. Hmmm...bagay nga kayo ni kuya. Boto rin ako na maging ate ka. Puwede ba kitang tawaging Ate Heiley?"

Napapangiwi siya sa mga pinagsasabi nito. "S-Sige."

"Talaga! Yes! May ate na ako!" parang batang hiyaw nito.

"Hmmm...puwede rin ba kitang tawaging Sabby?"

"That's great! It's my pleasure, Ate Heiley."

Huling araw na nila sa poder ng mga Santillan. Nakaramdam siya ng kalungkutan sa kaalamang iyon. Samot-sari ang naramdaman niya sa lugar na ito ngunit hindi niya malilimutan ang bawat miyembro ng pamilyang iyon lalong-lalo na si Zeck.

Pictorial ngayon ng buong pamilya na magkakasama at nais ng mga ito na isama siya sa ilang kuha. Hindi naman siya maka-hindi kaya ito naka-cocktail dress siya. Puting bestida na ang laylayan ay hanggang tuhod na tenernuhan ng sapatos na may takong. Inayusan din siya ng make-up artist nila kaya nagmukha siyang elegante.

Habang pinanonood ang pictorial ng mag-aama ay nakaramdam siya ng panliliit. Mistulang hindi bagay na tabihan niya ang mga ito. Isa pa, pawang dark color ang suot ng mga ito kaya kapag humalo siya mawawala ang terno ng mga kulay.

Mas lalong pumogi at naging kagalang-galang ang tingin niya sa mga barakong Santillan samantalang napakaganda at sopistikada naman ang nag-iisang dalaga sa pamilya. Dalawang kuha lang ang usapan na kasama siya. Isang nakatayo at isang nakaupo. Nang tawagin siya ng photographer ay nahihiya pa siyang lumapit.

Si Sabrina ang katabi niya nang kunan ang nakaupo pero nakaramdam siya ng pagka-ilang nang pagitnaan siya nina Zeck at Xander sa nakatayong kuha. Hindi siya nakatanggi nang pumulupot ang kamay ni Xander sa beywang niya but then she managed to gave her perfect smile in front of the camera.

Nagkaroon ng kaunting salu-salo sa pagitan ng pamilya at ng mga staff. Padespedida ba. Lumayo siya sa karamihan pero nilapitan siya ni Xander.

"I know this is not the end for us, Heiley that's why I don't wanna say goodbye..."

May laman ang mga katagang iyon ni Xander kaya hindi niya napigilan na mailang. Pinilit niyang maging kaswal at maging totoo. "Hindi kita gustong saktan at ayaw kitang paasahin pero `pag lumabas ako sa mansyon na ito nakatitiyak akong doon na natatapos ang ugnayan ko sa inyong mga Santillan."

Nangiti lang ito sa tinuran niya. Mabuti na lang tinawag siya ng isa sa mga staff kaya nagkaroon siya ng rason para iwan ito.

Habang naglalakad sa pasilyo patungo sa kinaroroonan ng kanyang silid bigla na lang may humila sa kanya papasok sa isang silid. Hindi siya nakapalag sa bilis ng pangyayari. Namalayan na lang niya ang sariling nakasandal ang likod sa pader at nakaharang sa harapan niya si Zeck!

"Zeck..." iyon lang ang namutawi sa kanyang bibig. Hindi na naman normal ang tibok ng kanyang puso. Masyadong malapit ang katawan nila sa isa't isa at gahibla lang ang pagitan ng mga mukha nila.

"You're so stunning today, Heiley," paanas na turan nito.

Naging maalinsangan ang paligid nang tumama ang mainit na buga ng hininga nito sa mukha niya. Gusto niya sana itong itulak pero nang maramdaman niya ang pagdantay ng mainit nitong palad sa braso niya ay tila naparalisa ang buong katawan niya. Gumapang ang matinding kilabot sa balat niya nang marahan nito iyong haplusin.

Hindi niya matagalan ang nanghahalina nitong titig. Nakayuko niyang pinaling sa kanan ang mukha. "S-Stop it..." pagsusumamo niya.

"I'm longing for this, Heiley..." His thumb brushes her lips.

Lalong tumindi ang tibok ng puso niya at awtomatiko siyang napaharap dito.

Nagtama ang kanilang paningin.

Nangusap.

Nasukol siya.

Inaasam din naman niya ang muling madama ang mga labi nito kaya hindi na siya tumutol nang unti-unting naglapat ang kanilang mga labi.

Muli ay pinagsaluhan nila ang nakaliliyong halikang iyon. Sa isip niya ay aalis na rin naman siya bukas. Babaunin niya ang tagpong iyon sa kanyang alaala. Muntik na siyang pangapusan ng hininga buti na lang pinawalan nito ang labi niya. Nagsimulang gumapang pababa sa leeg ang mga labi nito. Napaungol siya. Nang dumako ang halik nito pababa sa dibdib niya ay bigla niya itong naitulak. Disappointment at pagtataka ang lumarawan sa mukha nito.

Pinatapang niya ang anyo. "Those kisses are more than enough to satisfy your longingness, Zeck. Kalabisan na kung maghahangad ka pa ng lagpas doon. Excuse me." Tinalikuran niya ito agad. Natatakot siyang baka ma-corner na naman siya nito.

"Yeah. You're now paid."

Napahinto siya sa pagbukas ng pinto. Napalingon dito sa nagtatanong na tingin.

"You laid comfortably on my shoulder, remember?" Napaawang ang labi niya sa tinuran nito. Hindi siya makapaniwalang utang pala ang tingin nito sa 'di sinasadyang paghilig ng ulo niya sa balikat nito habang natutulog siya noong maging seatmate sila sa eroplano. "Plus you slept on my bed without my permission." Lalong napaawang ang labi niya. Pati ang aksidenteng pagtulog niya sa silid nito!

Buong tapang siyang humarap dito. "There's no doubt, you're a real good businessman, Mr. Santillan. Now I know why you're in the lead." Muli niya itong tinalikuran at tuluyang binuksan ang pinto.

"Perhaps, walk out queen..." ganting pasaring nito. Gusto pa sana niya itong harapin pero napigil niya ang sarili. Ang tipo nito ang hindi nagpapatalo. Laging may banat na sagot sa lahat ng puwedeng ipukol. Tuluy-tuloy siyang naglakad palabas ng silid nito.

32

CHAPTER 3

Tatlong linggo na ang nakalilipas mula nang lisanin ni Heiley ang mansyon ng mga Santillan. Noong una ay nahirapan siyang limutin si Zeck. Parating laman ng isipan niya ang mga halik nito. Sa ngayon, nasasanay na uli siya sa dating routine ng kanyang buhay. Ngunit alam niya sa sarili na may nabago sa kanya. Napuna niya sa wakas kung ano ang kulang sa buhay niya. Lovelife.

Bago pa niya nakilala ang mga Santillan ay larawan siya ng isang taong kuntento sa buhay ngunit matapos makilala si Zeck nagkaroon ng kahungkagan sa puso niya.

"Sino sa mga Santillan ang iniisip mo?" untag ni Joan. May panunudyo sa tinig nito. Nasa kabilang cubicle ito pero nakadungaw sa cubicle niya. Nasa trabaho sila sa kasalukuyan. Magkakahilera ang cubicle na naroon at pagmamay-ari niya ang isa sa mga desk na nasa loob ng cubicle.

Napabuntong-hininga siya. "Huwag ka ngang maingay diyan. May makarinig sa`yo baka kung ano pa isipin," sita niya.

"Oh come on!" maarteng anito. "Matagal ka nang pinag-uusapan dito dahil sa biglang pagbabago ng mood at aura mo mula nang makasama mo iyang mga Santillan. Halos lahat iisa ang laman ng isip, in-love ka sa isa sa mga bachelor ng Santillan."

She sighed again.

"Magkuwento ka na kasi," pabulong na tudyo nito.

Magsasalita sana siya nang biglang may sumingit. Isang invitation letter ang iniabot ng isang 'di kilalang lalake sa kanya.

"Umaasa po ang mga Santillan sa pagdating ninyo, Ms. Conteza."

Sa-Santillan!

Nahuli niya ang nanunuksong tingin ni Joan pero binalewala niya iyon. Sinipat niya ang invitation letter.

Engagement party! Sino sa mga Santillan?

Isa lamang iyon maliit na tarheta at nakasulat lamang doon na iniimbetahan siya sa nasabing event at next week na iyon. Tinupi niya iyon at nag-angat ng mukha para sana kausapin ang nagbigay ng imbetasyon wala na ito.

"Patingin naman." Muntik na iyong agawin ni Joan mabuti't maagap siya.

"Pasensiya na Joan pero personal ito." Itinago na niya iyon sa kanyang bag. "Pakiusap Joan, huwag mo sana itong isasama sa write ups mo." Nagsusulat ito sa isang weekly news tungkol sa mga kilala at matatayog na nilalang sa bansa.

"Well, wala pa naman akong maisusulat sa ngayon kaya huwag kang mag-alala safe pa ang sekreto mo," tugon nito sa pabulong na tono. Tumalikod na ito at naupo. Hinarap na nito ang pinagkakaabalahan sa harap ng computer. Gayon din naman ang ginawa niya.

Pinanabikan ni Heiley na makita si Zeck sa event na iyon ngunit ganoon na lamang ang pagtataka niya nang ito mismo ang umiwas kanina. Blangko pa ang emosyon nito nang magkatitigan sila kaya hindi niya magawang magsaya. Pumunta pa naman siya roon para masilayan ito. Akala niya pagkakataon na iyon para magkalapit sila pero masyado nga siguro siyang nangangarap.

Bakas sa mukha niya ang matinding kalungkutan. Mabuti na lang nasa madilim na bahagi siya ng bulwagan. Nakadaupang-palad na niya ang lahat sa mga Santillan maliban dito. Sayang lang ang get-up niya. She's wearing a black dress with white polka dots matched with black high heeled shoes. Nagpasalon pa man din siya! Lalo siyang napabusangot. Gumastos siya para sa event na ito pagkatapos magiging bulaklak sa pader lang pala siya!

Boba ka kasi! Tingnan mo nga ang mga tao sa paligid mo. Tototoong sosyal ang mga nakapaligid sa 'yo at kung ikukumpara ka sa kanila, isa ka lang trying hard na pasosyal!

Bakit ba naman kasi naimbetahan pa siya rito? Sana hindi na lang siya pumunta. Bumababa tuloy ang self-esteem niya.

"Shall we dance?" untag ni Xander. Nakalahad na ang kamay nito habang nakasilay ang maluwang na ngiti sa labi. Pinaunlakan na lang niya tutal mayamaya lang ay engage na ito.

Tahimik lang silang sumabay sa mabining tugtog na pumailanlang sa buong paligid. Hanggang ngayon naiilang pa rin siya sa mga titig sa kanya ng binata pero iniisip na lang niyang ganoon talaga ito tumitig.

Sa pag-iwas niya sa mga titig nito napaling ang atensyon niya sa pares na nagsasayaw sa bandang likuran ng kapareha. Nakaramdam siya ng kirot sa puso nang masilayan si Zeck kasayaw ang isang napakaganda at eleganteng babae.

Hindi sinasadyang nagtama ang kanilang mga paningin pero agad siyang umiwas. May panunumbat kasi ang mga titig nito pero hindi pa rin nabawasan ang kaguwapuhan nito. Nang muli niya itong tingnan ay nakikipagtawanan na ito sa kapareha. Tila dinudurog ang puso niya sa nakita.

"Thank you for coming to this very important event in our family. Let us all witness the engagement of my eldest son Xander Santillan to Ms. Heiley Conteza!"

Nanlaki ang mata niya sa narinig at napaawang ang mga labi. Bahagya siyang napalayo sa kapareha. Tinitigan ito sa nagtatanong na paraan.

Hindi siya makapagsalita.

Ramdam niyang ang lahat ng atensyon ay nakapako sa kinaroroonan nila. Saka lang niya napansing nawala ang mga pares na nagsasayaw. Silang dalawa na lamang ni Xander ang naroon. Gusto niyang tumutol pero paano?

"Ano'ng ibig sabihin nito?" naguguluhang tanong niya sa kaharap.

"Your mother will explain later."

Mother?!

Matinding kaguluhan ang rumehistro sa mukha niya at sinamantala iyon ni Xander para hilahin siya palapit sa kinaroroonan ng ama nito. Nakita niya roon ang ina at kapatid. Inagaw nito ang mikropono. Nagsalita ito pero wala siyang maunawaan. Pakiramdam niya nang mga oras na iyon ay pinagtulungan siya at wala siyang kalaban-laban.

Para siyang nasa kawalan.

Gusto niyang magwala, tumutol, umiyak. Nahimasmasan siya sa sunud-sunod na tama ng liwanag na nagmumula sa kamera ng iba't ibang mediamen. Hindi na niya kinaya ang eksena. Tinulak niya si Xander at tumakbo palayo. Nasalubong niya si Zeck. Sinubukan siya nitong hawakan pero pumiksi siya. Marahil alam nito ang mga magaganap.

May pait at kirot ang mga titig niya rito saka siya tumakbo.

Lakad-takbo ang ginawa niya makalayo lang sa lugar. Hindi na niya napigilan ang pagpatak ng masasaganang luha sa kanyang pisngi. Hindi niya alam kung paano siya nakalabas ng venue pero agad siyang nagpahatid sa bahay. Marami siyang katanungan. Gusto niya ng eksplinasyon kaya hinintay niyang makauwi ang ina.

Namumugto ang mata nang dalawin niya ang mga Santillan kinabukasan pero nakatago iyon sa suot na dark sunglasses. Ang ama ng tahanan lang ang hinarap niya.

"We're sorry kung nabigla ka, hija."

"Bakit dinaan ninyo pa sa gimik ang lahat?" halos pabulong na aniya. "Pinlano ninyo pati ang patatampok ng D Elite pero bakit hindi na lang ninyo sinabi sa `kin bago ko lisanin ang mansyon? Nagmukha akong tanga. Inalisan ninyo ako ng karapatang malaman ang katotohanan." Hindi man nakahantad ang mata kita naman sa ekspresyon ng mukha at sa boses niya ang panunumbat.

"We never want this to happen. In fact, we were about to reject the request of D Elite `til the incident in the plane between you and Xander happened."

Xander?! Napakunot-noo siya. Wala naman siyang maalala na naka-engkuwentro niya ang binata sa eroplano. May dinukot ito sa drawer at inabot nito iyon sa kanya. Iyon nga ang I.D. na naiwala niya. Saka niya naalalang may nakabunggoan pala siya noon bago bumaba sa eroplano.

"You mean magkakasama kayo sa plane the time na naging mag-seatmate kami ni Zeck?" pangungumpirma niya. Tumangu-tango ito. "Habang nasa Seoul ako ay pinuntahan na ng abogado ninyo ang mama ko bakit kailangan pang umabot sa ganito ang lahat? Personal ninyo na lang sana akong kinausap."

"That's the original plan but when we found out that you're the exclusive writer of D Elite, sinamantala namin ang pagkakataon para kilalanin ka, kaya pinaunlakan namin ang alok ng pamunuan at nangyari ang mga nangyari."

Hindi agad siya nakaimik. Sa isang linggo pala niyang pananatili sa lugar ay lihim siyang pinag-aralan ng mga Santillan. Kaya pala espesyal ang trato ng mga ito sa kanya. Kahilera pa ng tinuluyan niyang silid ang silid ng mga magkakapatid. Kaya pala mabait si Xander sa kanya una pa lang at kaya rin nito nasabing hindi pa iyon ang huli nilang pagkikita.

Gusto niyang magalit pero para ano pa? Wala nang mababago kahit paliguan niya pa ng masasakit na salita ang kaharap. Hindi na mababago ang katotohanang kabilang siya sa mga biktima ng arrange marriage na tinatawag. Matindi ang hinanakit niya sa ina sapagkat hindi man lang nito iyon pinaalam sa kanya.

"Bakit ngayon lang?" kapagdakay aniya. Isa rin sa malaking katanungan niya kung bakit sa tagal ng panahon ngayon lang maisasakatuparan ang pinagkasunduan and for goodness sake ni hindi man lang sila binigyan ng pagkakataong magkakilala ng taong nakatakda niyang pakasalan.

"Simple lang ang sagot diyan, hija. Ngayon lang naisipan ni Xander na lumagay sa tahimik."

"Aalis na ho ako. Gusto kong makausap si Xander tungkol dito. Paalam."

Habang patungo sa silid ni Xander nasalubong niya sa pasilyo si Zeck. May bitbit itong maleta. Nagkatinginan sila. Gusto niyang magpaliwanag pero wala naman siyang karapatang gawin iyon. Isa pa, ni hindi nga niya nakitaan ng pait ang ekspresyon ng mukha nito. Malamang parte lang din ng pag-aaral nito sa pagkatao niya ang ginawa nitong pang-aakit sa kanya.

"Congratulations in advance," anito. Iyon na ata ang pinakamasakit na salitang narinig niya sa buong buhay niya. Parang tinarakan ng punyal ang dibdib niya. Nanatiling tikom ang bibig niya. "I have a business trip. I don't know if I can make it on your wedding day but I wish you good luck." Pakasabi niyon ay nilagpasan na siya nito.

"Wait." Alam niyang maaari siyang masaktan sa itatanong pero gusto niya lang makumpirma kung tama ang kanyang hinala.

"Yes?"

Hindi na niya piniling humarap dito. "M-May kinalaman ba sa plano iyong halikang naganap sa pagitan natin? Intensyon mo lang ba iyon o udyok ng sarili mong damdamin kaya mo iyon ginawa?"

Nagpakawala ito ng maikling tawa. "You are so naive, Heiley. Haven't I told you that I just claimed my prize? Or– let's just put it this way, the first kissed was to help you overcome your nervousness and the second one was simply longingness of a man for a woman's lips. Any further question?" Cool na cool ito sa pagpapaliwanag samantalang siya ay tila natulos sa kinatatayuan.

Ngayon niya lang naramdaman ang sinasabi nilang nagkadurug-durog na puso. Nakagat niya ang pang-ibabang labi para pigilang magpakawala ng impit na daing. Napakasakit ng katotohanan. Mabuti na lang nakatalikod siya rito kung hindi kitang-kita nito ang pagpipigil niyang lumuha. Pinatatag niya ang sarili. "T-Thanks for being honest," tila may bikig sa lalamunang aniya. "Enjoy the trip." Iyon lang at humakbang siya palayo. Mabibilis ang lakad niya sapagkat hindi na niya magawang pigilan ang emosyon. Napaluha siya. Naghanap siya ng mapagkukublihan at doon siya umiyak.

Nag-file ng leave si Heiley para umiwas sa bulung-bulongang naririnig sa opisina. Siguradong hindi siya tatantanan ng media kapag nalaman ng mga ito na matutuloy ang kasalan sa kabila ng pag-walk out niya sa engagement party. Walang nakakaalam ng dahilan kung bakit bigla siyang ikakasal sa isa sa mga Santillan kaya marami ang gusto siyang makapanayam. Mabuti na lang at nirerespeto ng pamunuan ang kanyang pananahimik.

Nang magkausap sila ni Xander marami ang nabuong kasunduan sa pagitan nila. Isa na roon ang pagiging pribado ng magaganap na kasalan. Sa tingin naman niya ay magiging epektibo silang mag-asawa, dangan nga lang ay wala siyang nararamdamang pagmamahal dito. Kumbaga, kung wala sila sa ganitong sitwasyon magiging mabuti silang magkaibigan. Marami ang nagsasabi na natututunan naman daw ang pagmamahal pero ayon din sa marami hindi raw nadidiktahan ang puso.

Napabuntong-hininga siya.

Bahala na!

Naging napakaabala ng mga sumunod na araw para sa kanya at kay Xander dahil na rin sa pag-aasikaso sa nalalapit nilang kasal. Mabuti na lang sanay siya sa paulit-ulit na biyahe. Marami silang pinupuntahan at medyo nasasanay na nga siyang palagi itong kasama. Enjoy naman siya sa company nito. He is sweet caring and gentleman. Kung tutuusin masuwerte siya sa mapapangasawa. Mayaman, guwapo at mabait. Sa kasalukuyan ay wala pa silang hindi pinagkakasunduan. Lahat kasi ng gusto niya ay sinusunod nito. Hindi niya alam kung magtatagal sila pagkatapos nilang ikasal pero umaasam siyang sana matutunan niya itong mahalin.

Sa mansyon na rin pala siya tumitira kasama ang ina at kapatid. Gusto niyang bumukod sila ni Xander pagkatapos ng kasal para iwasang makatagpo si Zeck pero tumutol ito. Nakapangako raw kasi ang magkakapatid sa puntod ng ina na hindi maghihiwalay at kahit mag-asawa na, doon pa rin maninirahan para hindi malungkot ang haligi ng tahanan. Nakakatuwa ang pagiging family oriented ng mga Santillan. Isang bagay na kahanga-hanga sa angkan.

"Anak, sigurado ka na ba?" usisa ng kanyang ina.

Nanahimik siya. Bakit nga ba siya nagpapatangay sa agos? May karapatan siyang tumanggi at ipaglaban ang sariling karapatang pumili ng aasawahin pero mas pinili niya ang tanggapin ang lahat. Likas sa kanya nag umiwas sa gulo. Likas sa kanya na pumili ng kung ano ang mas makakabuti pero alam niyang kalokohan lang ang mga dahilang iyon dahil ang totoo mas matimbang ang sakit. Udyok ng sugatang puso kaya malaya niyang tinanggap ang lahat.

Nagpakawala siya ng malalim na paghinga saka hinarap ang ina. "Ma, nakita ko ang napakalaking pagkakaiba ng buhay natin sa buhay nila. Maraming praktikal na babae ang gustong malagay sa buhay na ganito tapos ako tatakbuhan ko lang?" Sa kabilanag banda, sumagi talaga iyon sa isip niya.

"Nabulag ka ng kayamanan nila, anak. Akala ko kuntento ka sa simpleng buhay na mayroon tayo?"

Tama ang ina. Hindi siya ang tipo ng babaeng praktikal pero para kumbinsehin ito na desidido siya sa naging desisyon ay paninindigan niya ang huling kataga. "Nagsasabi lang ako ng totoo. Isa pa, ayokong manumbat pero kayo ni papa ang nagdala sa akin sa ganitong sitwasyon. Kung mas maaga ninyo pa sanang sinabi ang lahat baka hindi sana umabot sa ganito."

"Pagkakamali nga namin ng ama mo iyon kaya nga hiyang-hiya ako sa iyo ngayon."

"Tama na. Nakapagdesisyon na ako. Magpapakasal ako kay Xander at sisiguraduhin kong mamumuhay kami ng masaya kaya huwag kayong mag-alala."

Panauhin niya kinagabihan sa kanyang silid si Sabrina. Mula nang mangyari ang engagement party hindi pa sila nagkakasarilinan. Madalas niya itong makitang nakatingin sa kanya pagkatapos ay iiwas. Naalala niyang sinabi nitong gusto siya nitong maging ate pero ngayong nangyayari na parang tutol naman ito.

"I'll help you escape."

Kunot-noo siyang napatitig dito. "Para saan?"

"For you to be happy. Naiipit ka lang sa kasunduan. Gusto kitang maging ate but not this way."

"Nakapagdesisyon na ako."

"I want you for kuya Zeck not for kuya Xander."

41

"Hindi lahat ng gusto ng tao nasusunod. Kadalasan pa nga, kung ano ang ayaw iyon ang nangyayari."

"May option ka."

"May mga pangyayari na wala kang pagpipilian kundi ang alam mong mas makabubuti para sa lahat kahit kapalit pa niyon ang sariling kaligayahan."

"Hindi ka anghel para sa lahat ng pagkakataon pipiliin mo ang mas nakabubuti para sa lahat. Minsan ang pagpili ng inaakalang tama para sa lahat ang mas nakakasama."

Naglabas siya ng malalim na paghinga sabay nanlulumong bumuga ng hangin. "Hindi na mababago ng mga katagang iyan ang napagdesisyunan ko na, Sabby. I want peaceful life at hindi ko makukuha iyon kung tatakas ako rito at habang buhay na magtatago. If you won't mind, inaantok na ako."

"Sa tingin mo ba magiging panatag ka kung pakakasalan mo si kuya Xander gayong ang laman ng puso mo ay si kuya Zeck?" pasarkastiko nitong pasaring.

"Hindi mo alam ang sinasabi mo."

"Narinig ko ang huling pag-uusap ninyo ni kuya Zeck and I heard clearly that you've kissed twice. I saw you crying after the incident."

Natigilan siya. Kapagadaka'y "Enough!" mataas ang tonong saway niya dito. "Huwag mo nang gawing mas kumplikado ang lahat, Sabby. Buhay ko `to at kung maging miserable man ako sa pipiliin ko wala ka na roon."

Disappointed itong napatingin sa kanya tapos tumapang ang anyo. "Kuya ko ang pakakasalan mo kaya may pakialam ako. Kung magiging miserable ka, sa palagay mo ba hindi kami damay roon?"

"Mabuting tao si Xander. I don't think our marriage will be miserable."

Ito naman ang natigilan. Matagal bago ito muling nakapagsalita. "Kung mahal mo si kuya Zeck, ipaglaban mo siya." Iyon lang at tinalikuran na siya nito.

Paano niya ipaglalaban ang ugok na iyon eh hindi naman mutual ang feelings nila?

Balak niya nga sana itong ipaglaban kung noong huling pag-uusap nila eh nakitaan man lang niya ito ng pagtutol sa magaganap na kasalan pero kinongratyuleyt pa siya. Tama lang ang desisyon niya.

Kinabukasan, hindi niya inaasahang makikita niya sa hapagkainan si Zeck. Nagtaka man, tahimik na lang siyang nakisalo sa hapag.

"Nagawa mong umuwi para sa kasal ng kaibigan mong si Troy pero para sa kasal ng kuya Xander mo hindi ka makakarating," rinig niyang pahayag ng ama ng tahanan habang nakatingin sa anak nitong si Zeck. May panunumbat sa tono nito.

Oo nga pala! Sa sobrang dami ng nangyari sa buhay niya nakalimutan niyang bahagi pala siya at si Zeck sa kasalang magaganap bukas makalawa.

"I'm Troy's bestman. Isa pa, wala naman akong papel sa kasal ni Xander. If he only gave me one, walang rason para hindi pumunta," makahulugang rason nito.

Xander? Nagtaka lang siya kung bakit hindi nito tinawag na kuya ang nakatatandang kapatid. Naisip na lang niyang first name basis siguro magtawagan ang dalawa.

"Ganunpaman, mas ma-a-apreciate ko kung nandoon ka bilang kapatid," rinig naman niyang ani Xander.

"Well, I'll try." Pinagpatuloy na ni Zeck ang pagkain.

"Sa pagkakaalam ko, si Ate Heiley ang maid of honor sa kasalang iyon so magiging magkapareha pala kayo, Kuya Zeck?" makahulugang singit ni Sabrina.

Nagulat siya. Hindi pa kasi niya naipapaalam kay Xander ang tungkol sa bagay na iyon. Ang lahat tuloy ng paningin ay nakadako sa kanya.

"Mabuti pinaalala mo iyan, Sabrina." Si Zeck iyon. Nabitin tuloy sa ere ang anumang sasabihin niya. "Since, partner naman kami sa event na iyon puwede na siguro kaming magsabay. Right, Heiley?"

Napalunok siya bago nagsalita. "B-Balak kong isama si Xander."

"Hindi halatang balak mong isama si Kuya Xander. Tingnan mo nga siya, clueless sa pinag-uusapan ninyo." Si Sabrina iyon.

Tinapunan niya ng tingin si Xander pero saglit lang dahil sapul siya sa pagpaparinig ni Sabrina. May pagkamaldita pala ito.

"Ayos lang sa `kin kung nakalimutang sabihin ni Heiley ang magaganap na event," maaliwalas pa rin itong ngumiti sabay paling sa kanya ang atensyon. "I'm afraid I cannot go with you, sweety. I have an appointment that day. Kung sinabi mo nang mas maaga baka napa-move ko pa ang schedule ko."

"I'm sorry..." hinging paumanhin niya kay Xander.

"It's okay, sweety." Pakasabi niyon ay pinaling nito ang paningin kay Zeck. "I will entrust her to you, Zeck so take care of my sweety."

"No problem. She'll be safe with me."

Gustong tumutol ni Heiley pero parang wala siyang karapatang humindi. Nanahimik na lang tuloy siya.

Halos ayaw lumabas ng silid ni Heiley para iwasang makatagpo si Zeck. Aminado siyang ganoon pa rin ang hatak nito sa kanya pero hangga't maaari gusto niyang umiwas. Nitong mga nakaraang buwan, buong puso niyang tinanggap ang kapalarang naghihintay sa kanya sa piling ni Xander at dahil hindi niya maramdaman ang presensiya ni Zeck madali niyang natanggap ang napipintong maganap. Buong akala niya ay naglaho na ang nararamdaman niya para sa huli ngunit kanina napatunayan niyang walang nagbago.

Marahil dahil sa pagiging abala ay nakalimot siya pansamantala pero sa puso niya nakatago ang katotohanang pilit niyang iniiwasan. She's in love with Zeck.

May kumatok.

Napabusangot siya. Panira ng pag-e-emote eh. Inayos niya ang sarili bago pinagbuksan ang hindi inaasahang panauhin. Bahagya siyang napaurong nang masilayan sa harapan niya si Zeck. May bitbit na malaking kahon.

"Here's your gown for your bestfriend's wedding," tukoy at lahad nito sa dalang kahon.

Kinuha niya iyon. "Thank you."

"I want something more than a word thank you..." makahulugang bitiw nito. He's wearing a devilish smile and an eye that full of seductions.

Kinabahan siya at pinangatugan ng tuhod sa gesture nito pero pinigil niya ang sariling bumigay sa pang-aakit nito. "Bakit kaya hindi ang

45

humingi sa `yo ng pabor ang hingian mo ng reward?" mataray na suhestiyon niya.

Bahagya itong natawa. "Cindy suggested me to claim it from you." Hindi siya makapaniwalang napatitig dito. "I'll just get my reward later on." Makahulugan pa rin ang mga titig nito bago tumalikod at nakapamulsa itong humakbang palayo.

"Wala akong utang sa `yo!" hiyaw niya. "Kung gusto mo ibalik mo `to sa pinagkunan mo at ako na lang ang kukuha!" nanggigigil na dugtong niya. Hindi man lang siya nito pinansin. Padabog niyang sinara ang pinto. Kung lahat nang kabutihang nagagawa nito sa kapwa ay hinihingan nito ng kapalit, ibig sabihin ilang tao na pala ang nagpasasa sa halik nito.

CHAPTER 4

Kanina pa walang imik si Heiley habang lulan ng sasakyan katabi ang nagmamanehong si Zeck. Patungo na sila ngayon sa simbahan kung saan gaganapin ang kasal nina Troy at Cindy. Nahihiya nga siya sa huli sapagkat naturingang maid of honor siya ay hindi man lang siya nakatulong sa preparasyon ng kasal nito.

"Nasaan na ang maaliwalas na mukhang nakita ko noong una kitang masilayan sa eroplano?" basag nito sa katahimikan.

"Tinangay ng angkan mo ang mukhang iyon."

"May karapatan kang tumanggi pero nagpadala ka sa agos."

Tila sila makakata sa kanilang mga pananalita.

"Mas pinili ko lang ang hindi masyadong kumplikado."

"May pagka-praktikal ka pala."

"Peace loving lang."

Patlang.

"Gusto mo ba na makita ako sa kasal ninyo ni Xander?" untag uli nito.

Hindi agad siya nakaimik sa tanong nito. "Oo naman," she lied. Kung siya ang papipiliin, hindi niya gustong makita o maramdaman man lang ang presensiya nito sa kasalan baka kasi ipagkanulo siya ng sariling damdamin.

"I'll try for Xander's sake," seryosong anito.

47

"Thanks."

Muling namayani ang katahimikan hanggang sa marating nila ang pakay na lugar. Pinagbuksan siya nito ng pinto. Naroon na sa tapat ng simbahan ang kasama sa entourage. Hindi na siya nakatanggi nang hawakan nito ang kamay niya at igiya siya patungo sa karamihan partikular sa groom.

"Heiley, you look stunning!" manghang-manghang papuri ni Troy sa kanya. Nangiti lang siya. Nakapusod lang naman sa taas ang buhok niya at simpleng make-up din lang ang nasa mukha niya. Ang tingin niyang mas nagpatingkad sa kagandahan niya ngayon ay ang gown na suot niya. Maganda kasi ang tabas at uri ng tela. "Ngayon alam ko na kung bakit hindi ka na pinakawalan ni Xander," makahulugang dugtong nito.

"Nandiyan na ang bride!" excited na pahayag ng isa. Ang lahat ng atensyon ay napako sa paparating na bridal car. Nang magbukas ang pinto ay naroon na si Troy upang salubungin ang makakaisang-dibdib. Masaya siya para sa kaibigan.

"Heiley, are you okay?" nag-aalalang tanong ni Cindy nang makalapit sa kanya.

Bigla siyang nahiya. "A-Ano ka ba? Dapat kasal mo lang ang iniisip mo huwag kung ano-ano. Siyempre ayos lang ako, as always." Nagpakawala siya ng maluwang na ngiti para hindi na ito mag-alala. Alam kasi nito ang hinaing niya tungkol sa naging pagbabago ng takbo ng buhay niya lately.

"Nasaan ang groom to be mo?" usisa nito.

"He has an appointment," singit ni Zeck.

"Pero susubukan niya raw um-attend sa reception," segunda niya.

"Ganoon ba. Sana makaabot siya para masabon ko. Biro lang." Masayang humalakhak si Cindy bago nagpasyang simulan na ang seremonya.

Naging solemn at nakakaiyak ang tagpong iyon para sa mga kinakasal. Habang pinanonood ni Heiley ang pagiging isa ng dalawa dahil sa pag-ibig ay hindi niya mapigilang manibugho. Ilang linggo na lang ikakasal na rin siya kay Xander pero hindi siya na-e-excite sa mangyayari. Ang nalalabing linggo ay ilalaan niya sa pagtanggap ng katotohanan para kapag nasa sitwasyon na ay hindi na siya mahihirapan pang tanggapin ang magaganap.

"Bakit hindi ka makiumpok doon?" untag ni Zeck mula sa likuran. Tinutukoy nito ang pakikipag-agawan sa ihahagis na bulaklak ni Cindy.

"Hindi kaya para sa iyo ang linyang iyan?" Hindi rin naman kasi ito nakiumpok sa ihahagis na garter ni Troy. Kung ikukumpara kasi sa kanya na engage na, mas kailangan nito iyon.

Bahagya itong tumawa. "Hindi mo na nga pala kailangang makipila. I almost forgot that you're engaged to Xander." Nilingon niya ito at nakita niya ang ngiti sa labi nito saka unti-unting sumeryoso ang anyo.

Haay, nakakatunaw ang kaguwapuhan mo!

"If you were only there I won't hesitate to join them because I love the idea of wearing that garter on your leg," seryosong anito.

Kakaiba ang hatid ng linyang iyon sa sistema niya. Para siyang kinilig na ewan. Lalo na nang titigan niya ito. Nakatanaw pa rin ito sa pinanonood nila pero halatang nasa malayo ang isip. Nangingiti pa. Tila ba naglalaro sa isipan nito ang sinabi kanina. Bigla siyang pinamulahan nang maglaro rin sa isipan niya ang eksenang gusto nitong mangyari. Pinilig niya ang ulo.

Gusto ko ang eksenang iyon pero mas gusto ko kung ikaw ang magiging groom ko sa darating na kasal namin ni Xander. Iyon sana ang laman ng kanyang puso pero iba ang lumabas sa bibig niya. "Ang ganda ng chikababe na nakasalo ng bouquet. Sinayang mo ang pagkakataon."

Nagpakawala ito ng malalim na paghinga. Nang tingnan niya ito ay seryoso na ang mukha. Walang kangiti-ngiting nakatingin sa pinanonood

49

nila. Nagkibit-balikat na lang siya. Ayaw niyang bigyan ng kahulugan ang katagang iyon ng binata dahil sasaktan niya lang ang sarili. Hindi na mababago ng katagang iyon ang napipinto niyang pagpapakasal kay Xander at kung sakaling may pagtingin din ito sa kanya, too late.

"Alam mo mas bagay kayo ni Zeck. Bakit kaya hindi mo kausapin ang ama nila at i-request mo na sa kanya ka na lang magpakasal," suhestiyon ni Cindy sa kanya. Katatapos lang ng reception. Iilan na lang ang naroon kaya nakikipagkuwentuhan na ang mga bagong kasal.

Napapailing na lang siya pero sa kabilang banda, bakit nga ba hindi niya iyon naisip noong na-realize niya na may pagtingin siya kay Zeck, Santillan din naman ito?

"Nakakainis kang lukaret ka. Bakit ngayon mo lang naisip iyan?" pabirong sabi niya.

"Ayiii...in love ka talaga kay Zeck, `no?" Sinundot pa siya nito sa tagiliran.

"Huwag ka ngang maingay!" saway niya. Malapit lang sa kinaroroonan nila si Zeck at kung hindi lang dahil sa ingay ng mga tao baka narinig na nito ang pinag-uusapan nila.

"Mabuti sana kung mutual ang feelings namin sa isa't isa eh bokya ata ang rate ng beauty ko sa ugok na iyon."

Nagpakawala ng tawa ang kaibigan bago nagsalita. "Well, mahirap nga raw talagang hulihin ang kiliti ng ugok na iyon. May nakaraan kasi pero ayaw rin namang ipaalam sa akin ni Troy. Malamang nawasak na rin ang puso niya ng isang babae."

"Para iyon lang ayaw na niya uli ma-in love?" Napatingin siya sa gawi ni Zeck. Seryoso rin itong nakikipag-usap kay Troy. "Sayang ang lahi niya kung tatakbuhan niya lang ang lahat ng babae dahil minsan nang nawasak ang puso niya. Kalokohan iyon."

"Palibhasa hindi ka pa na-i-in love ng bongga kaya mo iyan nasasabi."

Akala mo lang iyon!

Sa kasalukuyan ay in love siya kay Zeck mismo. Ang lahat ng naramdaman niya para sa binata ay hindi niya naramdaman sa mga ex niya. Kapag nakikipag-break siya noon makakaramdam siya ng lungkot at pangungulila pero hindi kasing-tindi nang nararamdaman niya ngayon. Ang kaalamang ikakasal siya sa iba at wala man lang pakialam ang ugok na iyon kahit ilang beses na nilang pinagsaluhan ang maaalab na halik ang nagpapasikip sa dibdib niya.

"Di ba nga nag-hmmm-hmmm na kayo?" rinig niyang ani Cindy.

Nilingon niya ito na nakakunot-noo. "Anong hmmm-hmmm?"

"Ganito." Nakangiti nitong pinagkiskisan ang magkakasalikop na daliri ng mga kamay.

"Lukaret ka talaga! Tigilan mo nga iyan!" saway niya. Kibit-balikat nitong tinigil ang ginagawa. "Iyong kissing scene namin no feelings involve," halos pabulong na aniya. "Alam mo na lalake. Eh ako naman si madaling bumigay. Tanga."

"Bakit kasi hanggang doon lang. Sana tinodo mo na para nahumaling sa iyo tapos ang ending panira ka ng pamilya." Humalakhak na naman ito sa sarili nitong biro.

"Loka-loka ka talaga!" May punto naman ang huling tinuran nito. Kapag pinaglaban niya ang pag-ibig kay Zeck may posibilidad nga na mag-away ang magkapatid.

"At least sa pagiging loka-loka ko nakabingwit ako ng isang Troy na minahal ang pagiging lukaret ko. Hindi tulad mo, pakakasalan ka lang ni Xander dahil sa kasunduan. Well, bagay lang naman sa iyo ang set-up na iyan. Dull ka kasi."

Alam niyang hindi intensyon ng kaibigan na saktan siya pero nasaktan talaga siya sa pinagsasabi nito. May punto din naman kasi. Hindi na siya umimik.

"Joke lang iyon, Heiley. Tampururot ka agad diyan," pang-aalo nito. "Siyempre, alam ko naman na sa kabila ng pagiging dull ng buhay mo eh hindi ka naman talaga ganoon ka-dull. Kailangan mo rin lang ng right guy para i-enhance ang funny side mo. Kaya nga medyo hindi ko gusto si Xander para sa iyo kasi mukha rin naman siyang dull."

"Parang iyong manok mo hindi dull, huh."

"Ahuh! Huwag kang pakasisiguro. Ayon kasi kay Troy, si Zeck daw ang pinakatahimik sa magkakapatid pero iba kung gumawa ng gimik especially kung para sa minamahal."

"Ahem! Parang narinig ko ang pangalan ko," singit ni Zeck.

Parang gustong tumakbo ni Heiley at magtago kung saan nang makita si Zeck. "K-Kanina ka pa diyan?"

"Ahuh," tango nito. "Narinig ko na mas gusto ako ni Cindy para sa iyo." Makahulugan pa itong tumitig.

Medyo nakahinga siya ng maluwag. Kung hanggang doon lang narinig nito malamang hindi nito narinig ang mga unang napag-usapan nila.

"Maiwan ko na kayo. Pupuntahan ko lang ang mister ko. Enjoy each other's company." Gusto sanang pigilan ni Heiley ang kaibigan pero hindi niya nagawa. Naiwan siyang tameme sa harapan ni Zeck.

"Let's get out of here."

"Huh?" Hindi na siya nakatutol nang hilahin siya nito palabas patungo sa kotse nito. "T-Teka lang. Hindi pa ako nagpapaalam kay Cindy at saka si Xander baka dumating."

"He called up. He's not coming."

Napilitan tuloy siyang sumakay. Nang makaupo na sila pareho ay kinausap niya ito. "Bakit hindi sa akin tumawag si Xander?"

"You don't believe me?" may galit sa tonong sita nito.

"H-Hindi naman sa ganoon." Napayuko na lang siya. Wala siyang kalaban-laban sa nagngangalit na anyo nito. Narinig niyang umandar ang makina kapagdaka'y umusad ang kanilang sinasakyan.

Namayani ang katahimikan.

"I'll take you home now," basag nito sa katahimikan. Nang lingunin niya ito ay napakaseryoso na ng anyo nito kaya pinili na lang niyang manahimik. Nang marating nila ang mansyon ay agad siyang pinababa sa sasakyan. Ayon dito ay ipagpapatuloy na nito ang business trip.

Gusto niya sana itong komprontahin. Nais niyang isiwalat ang itinatagong damdamin pero hindi siya nagkalakas loob. Kailangan niya nang tanggapin ang kapalarang naghihintay sa piling ni Xander...

CHAPTER 5

Nakahanda na ang garden wedding nina Heiley at Xander sa malawak na bakuran ng Santillan Villa. Sa malawak na lupaing nababalutan ng bermuda grass nakaayos ang pag-gaganapan ng seremonya. Simple ngunit kaaya-ayang tingnan ang disenyo mula sa ginawang altar hanggang sa mga upuan ng mga kasalo sa seremonya. Bumagay sa kapaligiran ang kulay gintong motif ng kasal. Nakisama naman ang panahon sapagkat tama lang ang init at sinag ng araw. Ang ihip ng hangin ay malumanay.

Nagsimulang tumugtog ang orchestrang inupahan para mas maging solemn ang kasalan. Hudyat na magsisimula na ang pagmamartsa ng mga kasama sa entourage.

Habang umuusad ang mga nasa unahan. Mataman namang naghihintay si Heiley suot ang puting damit pangkasal na dinesenyo ng isang sikat na designer sa bansa. Kung pagmamasdan ay maaliwalas ang mukha niya na tila gusto niya ang magaganap, ngunit sa loob ay tutol siya. Gayunpaman, ayaw na niyang bagabagin ang sarili marahil ay tinanggap na niya ang kapalarang ito. Hindi rin naman siya sanay na maraming alalahanin sa buhay. Ito ang kagustuhan ng Maykapal para sa kanya kaya maluwag niya iyong tatanggapin. Humugot muna siya ng malalim na paghinga bago tinawid ang patungo sa kanyang makakaisang-dibdib. Hindi matanggal ang kaba sa dibdib niya lalo pa at ang lahat ng paningin ay nakatuon sa kanya. Napakarahan ng lakad niya pero pakiramdam niya hindi siya umuusad.

Hindi pa nangangalahati ang nilalakaran nang mapahinto siya sa paghakbang. Maingay na tunog ng elesi ng helicopter ang dahilan. Napaling ang atensyon niya maging ang lahat ng naroon sa pinagmulan ng ingay. Mayamaya ay halos tangayin sila ng hanging likha ng pagdaan ng chopper. Napakababa kasi niyon. Awtomatiko siyang napapikit sapagkat nakisabay ang kaunting alikabok at damo sa hanging likha ng pagdaan ng chopper. Nang tumigil iyon ay awtomatiko siyang pumihit paharap doon at iminulat ang mata upang mapagsino ang sakay.

Pamilyar sa kanya ang bulto ng lalakeng umaalpas mula sa chopper. Zeck is wearing white polo match with black coat and black pants. Habang papalapit ito sa kinaroroonan niya ay dinuduyan ng hangin ang coat nitong hindi naka-butones. Muli'y natulos siya sa kinatatayuan. Sobrang lakas ng tibok ng puso niya. Muli siyang namagneto sa kakaibang aura nito. Tila ba ito isang superhero. Matikas at may kumpiyansa itong naglalakad palapit sa kanya.

"I will take you with me."

Napaawang ang labi niya sa pagkabigla. Bahagya siyang napaurong ngunit mabilis siya nitong pinangko. Napakapit siya ng mahigpit sa batok nito nang bahagya itong tumakbo palayo habang buhat-buhat siya.

"Zeck!" mahabang sigaw ni Xander. Nang lingunin niya ang direksiyon nito ay humahabol ito.

"Ibaba mo `ko!" utos niya pero tila walang naririnig si Zeck. Napakalapit lang nila sa chopper kaya hindi nakapagtatakang agad nila iyong narating. Inilapag siya nito sa loob pagkatapos ay ito naman ang umangkas. Nagpumiglas siya ngunit nang maramdaman niya ang pag-angat nila sa ere ay napayakap siya rito dahil bahagya siyang nawalan ng balanse. Agad din naman siyang kumalas. Tinangka niyang umahon sa kinauupuan ngunit hinila lang siya nito pabalik. Sinalubong niya ang nagbabanta nitong tingin. Sa huli ay napaling ang atensyon niya sa ibaba. Kitang-kita niya ang isa-isang paglapit ng karamihan sa nakatingalang si Xander.

"Zeck! Bring her back!" rinig niyang paulit-ulit na utos ni Xander ngunit wala itong nagawa nang tuluyan nang lisanin ng chopper ang lugar. Wala silang imikan habang bumabiyahe sa himpapawid ang chopper. Kanina pa gustong maluha ni Heiley. Naaawa kasi siya kay Xander. Napakabait nitong tao para lang danasin ang ganitong pagtrato. Bigla siyang nakaramdam ng pagkamuhi sa katabi.

"You must be thankful. I saved you from that wedding."

"Anong klase kang kapatid?" may pag-aakusa sa tonong aniya.

"Stop accusing me and don't act as if you know everything about Santillan."

"Wala nga siguro akong alam sa mga Santillan pero sa nakikita ko ngayon ikaw ang blacksheep sa pamilya mo." Nakita niya ang pagkuyom ng kanang kamao nito. Tapos ay narinig niyang nagpawala ito ng malalim na paghinga. Nanatili itong walang imik pero wala pang balak pumreno ng bibig niya gayong hindi pa niya alam ang totoong dahilan sa pagsira nito sa kasalan. "Ano ba talaga ang dahilan nito?"

"I just simply don't want you for Xander."

Napalingon siya rito. Diretso ang tingin nito saka kaswal lang ang ekspresyon ng mukha. Nakaramdam ng kirot ang puso niya. Iba kasi ang gusto niyang marinig mula rito. Iyon bang tipo na 'I don't want you for Xander. I want you for me' with matching eye to eye contact.

Dream on, Heiley. Dream on!

Natawa siya ng pagak. "Magpapamilya nga kayo." Pinaling na niya sa harapan ang paningin. "Pare-pareho kayong mahihilig sa gimik kahit puwede namang daanin sa simpleng paraan ginagawang kumplikado." She sighed.

"Life is so boring if there's no thrill and I believe you're lack of it."

"Aanhin ko ang thrill kung mas gusto ko naman ang mapayapang buhay."

"I just want you to experience some."

"And then what's my life after this?" may panunuya sa tonong sumbat niya.

"Why are you asking me? It's your life after all."

Gusto na niya itong sabunutan, mabuti na lang mahaba ang pasensiya niya. She sighed again and again. "Itulak mo na lang kaya ako rito para matapos na ang lahat," wala sa loob na sabi niya.

"I don't do murder stuff."

"I just want you to experience some," panggagaya niya sa linya nito na kinatawa nito bahagya.

"Silly." Pinisil nito ang tungki ng ilong niya kaya napalingon siya rito. Hindi niya inaasahang masisilayan niya ang ngiting pinanabikan niyang makita mula rito. Nakaramdam siya ng kapanatagan sa nakita. Napahikab siya. "You can lay your head on my shoulder once again," nanghahalinang paanyaya nito. Susunggaban na sana niya ang alok nito. "Then I'll just get your payment later," nakangisi at makahulugang dugtong nito.

Hinampas niya ito. "Tse!" Todo simangot siya nang isandig ang likod sa sandalan. Ang galing-galing talagang mang-asar ng ugok.

"Stop frowning, honey. Here's my shoulder. Bend your head." Habang sinasabi ang mga katagang iyon ay ito na mismo ang naghilig sa ulo niya sa balikat nito. Hindi naman niya nagawang tanggihan. Lalo siyang naging panatag. Hindi niya napigilang asamin na sana ito na lang ang nakatakda niyang pakasalan at hindi si Xander. Nakaramdam ng pamimigat ang talukap ng kanyang mata. Mayamaya ay unti-unti siyang napapikit. Nakangiti at payapa siyang nakatulog.

Pagmulat niya ng mata nasa isang silid na siya. Nilibot niya ang paningin. Siya lang ang naroon. Patakbo niyang tinungo ang beranda ng silid at namangha siya sa tumambad sa kanya. Tanaw niya sa di kalayuan ang napakalawak na kulay asul na karagatan.

"Mabuti naman at gising ka na."

Napalingon siya. Ang tinig ay pagmamay-ari ng isang may katandaang babae. "N-Nasaan po ako?"

"Nasa isang isla na pagmamay-ari ng taong nagdala sa iyo rito," simpleng sagot nito.

"Si Zeck?" pagkukumpirma niya.

"Si sir nga. Ang mabuti pa'y magbihis ka na. Ako nga pala si Guada. Caretaker ng resthouse."

Oo nga pala. Suot pa rin niya ang damit pangkasal. "Ako naman po si Heiley."

"Pagkatapos mo raw magbihis pumunta ka sa dalampasigan."

"Okay." Pinanood na lang niya ang papalayong ginang. Naghanap siya ng isusuot sa closet. Nagtaka siya. Pamilyar kasi ang mga damit na nakita niya. Parang– mga gamit niya iyon! Mukhang pinlano talaga ng ungas na iyon ang pagkuha sa kanya.

Napili niyang isuot ang sleeveless na pantaas at mini-short. Nasalubong niya si Aling Guada sa may dalampasigan."Nasaan ho si Zeck?"

"May cottage banda roon," turo nito sa gawing kanan.

"Kanina ka pa niya hinihintay."

"Ganoon po ba. Salamat."

Ang ganda naman ng nilalakaran niyang buhanginan. Pino at kulay puti. *Saan kayang parte sila ng Pilipinas ngayon?*

Nagkibit-balikat na lang siya. Namataan niya ang tinukoy na cottage kaya nagmadali siyang naglakad patungo roon. Napatakbo pa nga siya nang malapit na pero na-disappoint siya nang hindi niya makita roon ang bulto ni Zeck. Sa halip mga nakahaing pagkain at mga prutas lamang sa ibabaw ng parihabang mesa ang nadatnan niya.

"Mantika ka pala matulog."

"Ay shemay!" bulalas niya sa ekspresyon sa tuwing nagugulat. Alam niyang si Zeck ang may-ari ng tinig na iyon kaya agad siyang pumihit patalikod. Napakalapit lang pala nito sa likuran niya. Muntik na niyang mabundol ang mamasa-masa pa nitong lantad na dibdib. Mukha itong kakaahon lang mula sa karagatan.

Ang macho-macho talaga!

Bigla siyang pinamulahan nang makita ang nanunuksong tingin nito.

"Gusto mo bang humilig diyan?" nanunuksong tukoy sa dibdib nito.

Pinaling niya sa ibang direksyon ang tingin at umismid. "Hindi `no!"

Napahalakhak ito. "Mamaya na lang tayo maglambingan, honey. Nagugutom na ako." Patuloy na panunukso nito. Tinungo nito ang mesa. Tinikman nito ang ilan sa putahe. "Yummy..."

Bigla siyang nailang nang mahuli niyang nakatitig ito sa nakalitaw niyang mapuputi at makikinis na hita. Tila ba ang tinutukoy nitong yummy ay ang mga iyon at hindi ang kinakain nito.

Pilyo!

"Huwag mo nga akong ma-honey-honey diyan." Sa wakas nasabi na niya rin ang gustong sabihin kanina pa.

"I'm the boss here. Tatawagin kita sa kung ano ang gusto ko."

"At ano naman ako dito, tau-tauhan mo?"

"It came from your mouth not mine."

"Kung gusto mo ng kalaro huwag ako ang laruin mo. Ang gusto mo lang naman despatsahin ako sa buhay ni Xander kaya ngayong nagawa mo na puwede ba pakawalan mo na ako."

"Dadating din tayo diyan but for now let's have leisure. Have fun, Heiley."

"Fun-funin mo mukha mo," nakabusangot na aniya. Sa kabilang banda, gusto niya rin naman itong makasama.

"I just wanted to be with you, Heiley. Masama ba iyon?"

Natigilan siya. Sumeryoso kasi ang tinig ni Zeck sa katagang iyon. "Why?" usisa niya.

"I just felt that I wanted to know you more..."

"Why?" wala sa loob na tanong ulit niya. Samot-sari kasi ang nararamdaman niya. Kinikilig, naiilang at naguguluhan. Magtatapat na ata!

"Because I have this feeling that you were destined to be mine."

Tagos sa puso ang katagang iyon. Kungbaga sa pelikula, panalo ang linyang iyon!

Pero teka! Tama ba mga naririnig niya o naghahalusinasyon lang siya?

"A-Ano nga ulit iyon?" Gusto niya kasing makumpirma kung naghahalusinasyon lang siya o totoo ang mga narinig.

"May nasabi ba ako? Gutom ka na ata. Ikain mo na lang iyan."

Toinx! Halusinasyon nga! Pero hindi! Rinig na rinig niya ang mga katagang iyon. Ewan!

Sinaluhan na lang niya itong kumain. Hindi na rin naman niya naungkat ang tungkol doon sapagkat nagpaalam na rin ito agad.

Hmp! Magaling umiwas sa isyu!

CHAPTER 6

P agkagising na pagkagising, pagsilip sa beranda ang una niyang ginawa. Ang sarap langhapin ng sariwang hangin. Nasiyahan siyang pagmasdan ang tanawin. Ang mga punong marahang dinuduyan ng hangin. Mga ibon sa himpapawid. Mga ulap na tila cotton candy. Kulay asul na karagatan.Naririnig niya rin ang huni ng mga ibon, paghampas ng alon sa dalampasigan at− langitngit ng pintuan. Malamang si Aling Guada ang pumasok. Inantay na lamang niya itong makalapit. Ninanamnam pa niya ang kagandahan ng nature. Parang masarap mag-yoga dito. She couldn't help to close her eyes then feel the nature's energy. Great. Tila siya nakikipag-isang dibdib sa kalikasan. It's relaxing.

Feel na feel na talaga niya ang mother nature. Naramdaman niyang may dalawang brasong pumulupot sa beywang niya mula sa likuran. Ngunit dahil alipin siya ng kapaligiran ay ipinagsawalang-bahala niya iyon. Sa isipan niya ay gawa-gawa lang iyon ng malikot niyang imahinasyon. That warm embrace feels so good...

"So this is what you want after all..."

"Ah-huh," wala pa rin sa sariling tugon niya. Saglit siyang natigilan.

That voice!

Napamulat siya. Saka niya tuluyang napagtanto na may nakayakap nga talaga sa likuran niya at ang mga brasong iyon ay pagmamay-ari malamang ni Zeck! Hindi na naman normal ang pagtibok ng puso niya. She feels his warm body on her back; though it feels good she chose to get his hands off from her waist then pushed him. Galit siyang tumitig dito.

"I'm sorry I couldn't help to embrace you. It seems you need it so badly."

"I'm into relaxation and you distracted me. Goodness!"

"But don't deny the fact that you've liked it."

Hindi siya nakaimik. Makakapag-deny pa ba siya eh totoo namang nagustuhan niya. She just sighed. "Stop being sweet to me, Zeck. I'm your older brother's fiancee, remember?"

"Not anymore, Heiley."

"I'm still," giit niya. "In papers."

"Damn it! It's just a piece of paper and you're risking your entire life for that? I want you to go back to your old life then all along you still have that thought of returning to be Xander's wife?!" May galit sa tonong anito.

"It's because that's the right thing to do, Zeck. I can't hide for life. I want peaceful life."

"You can have peaceful life here."

Kunot-noo siyang napatitig dito. Kapagdaka'y "Goodness! Ayokong mabulok sa islang 'to, Zeck." Sanay siyang maraming nakakasalamuhang tao. Sanay siyang hindi napipirmi sa isang lugar. Isipin pa lang niyang mananatili siya sa isla buong buhay niya para na rin siyang nagbigti. "Nakakarelax ang lugar na ito. Maganda ang mga tanawin pero hindi ito ang buhay ko."

"So you're choosing to be with Xander?"

Natigilan siya sa tanong nito. *God! Of course I wanted to be with you! Mahal na nga kita pero clueless ako sa nararamdaman mo para sa 'kin!* Kung puwede niya lang isiwalat ang katagang iyon pero kinapos siya ng lakas. "Pinili ko na si Xander pero inilayo mo ako sa kanya."

Boba mo talaga, Heiley!

"I don't believe with that crap! Hindi ka pumili, nagpatangay ka. Now I'm giving you a chance to follow your heart because I'm here to win that."

Gusto niya ang narinig pero bakit parang ayaw maniwala ng puso niya sa mga katagang iyon ng binata. "Don't play with me, Zeck," halos pabulong lang na turan niya.

Naramdaman niya ang marahang paghaplos nito sa pisngi niya. "I like you, Heiley. No. I think I love you since the first time I saw your face."

"Yeah, my cannibal face," pagpapaalala niya sa mga sinabi nito sa unang engkuwentro nila.

"Silly." Pinisil na naman nito ang tungki ng ilong niya. Pareho na silang nakangiti. "Para mo kasi akong kakainin n`on kaya ko nasabi iyon."

"Ipamukha mo ba naman kasi na bad breathe ako. Hmp. Kahit sinong babae magmumukhang cannibal sa inakto mo."

Naaaliw itong humalakhak kapagdakay sumeryoso ang mukha. Awtomatikong pumulupot sa likod bandang beywang ang kamay nito. Sinalubong niya ng tingin ang nangungusap nitong mga mata. "I spray perfume that day not because of what you think. It's because your sweet scent stuck on my shirt. Your scent kept lingering on my nose so I decided to spray some."

"Ganoon ba. Akala ko‒"

His point finger dropped on her lips. "Ssshhh...let's just forget about that incident. Let's swim."

"S-Swim?"

Napakunot-noo ito. "Why are you asking me that? We're on island and swimming is just an ordinary scene."

"I-I don't know how to swim..." nahihiyang pag-amin niya.

"You can ride on my back."

"W-What?!"

He took her left hand then pulled her outside the room until they reached the seashore. Nagmadali itong naghubad ng suot na t-shirt at pantalon. Trunks na lang ang suot nito kaya kitang-kita niya ang kakisigan nito. Parang katawan ni Sam Milby.

Shemay! Yummylicious!

Kung isa lamang siyang pintor baka kanina pa niya ito naipinta. Lalo naman kung isa siyang manlililok. Gagawan niya ito ng rebulto na parang si Machete. Souveiner ba. Naku nagiging lukaret ka na! Ito na nga ata ang sinasabi ni Cindy na ilalabas ang funny side niya. Muli niyang pinagtuunan ang kamatsohan nito.

"You can have all of these if you'll choose me," nang-aakit na turan nito.

Nakaramdam siya nang pagkapahiya. Pinaling niya ang atensyon sa karagatan. "Swimming na oh, naghihintay na ang tubig dagat na madantayan ang balat mo." Inginuso niya pa ang tinutukoy.

"And you?"

"Panonoorin kang makipag-isang dibdib sa karagatan."

Napahalakhak ito. "Makata ka pala."

"Medyo lang."

"Sawang-sawa na ang karagatan sa dibdib ko." Nagulat siya nang lumuhod ito sa harapan niya. "Nais ko namang makaisang dibdib ay ikaw aking iniirog." Tila ito makata sa pagbanggit ng mga katagang iyon na may kasama pang halik sa likod ng kanyang palad.

65

"Corny ka pala," turan niya sabay tawa ng bahagya. Sa kabilang banda, natutuwa siya dahil marunong naman pala itong sumakay sa biro.

"Pumayag ka na aking irog." Pagpapatuloy nito sa pagiging makata.

"Oo na! Matigil ka lang diyan. Bumalik ka na sa normal."

"Normal naman ako ha." Umahon ito mula sa pagkakaluhod.

Nagpatianod na lang siya nang hilahin siya nito patungo sa karagatan. Bumitiw siya rito nang umabot na sa dibdib niya ang tubig dagat. Napalingon ito. "Hanggang dito na lang ako, `no."

"Ang babaw pa niyan. Trust me. I'll take care of you." Ngumiti pa ito para makumbinse siya.

Muli siyang humawak sa kamay nito at humakbang. Magkahawak kamay silang lumakad papunta sa ilalim. Nang umabot na sa leeg ang tubig ay muli siyang huminto. "Dito na lang ako. Maglanguy-langoy ka na doon sa malalim."

"Ano naman ang gagawin mo diyan, tutunganga?"

"Sisisid mag-isa."

"Akala–"

"Marunong akong sumisid sa ilalim pero kailangan nasa level pa din na nakakaapak ang paa ko sa buhanginan para 'pag kinapos ng hininga makakaahon ako agad."

"I see. So you can take care of yourself now?"

"Oo pero dapat malapit ka lang sa `kin ha. Baka tangayin ako ng alon sa malalim eh."

Hinaplos nito ang pisngi niya sabay ngiti. "Hindi ako papayag na alon lang ang maglalayo sa akin sa `yo. Pinaghirapan kitang tangayin kay Xander tapos tatangayin ka lang ng alon. Aba malaking pagtapak sa pagkalalake ko iyon," pabirong turan nito sa huling kataga.

"Malumanay naman ang alon kaya siguradong okay lang ako."

"Okay. Lalayo muna ako. Be ready. Anytime bigla na lang akong lilitaw sa harapan mo para makipag-isang dibdib sa `yo..." makahulugang anito bago nag-dive pailalim.

Inilubog niya na rin ang ulo sa tubig tapos ay muling umahon. Mayamaya ay naengganyo na rin siyang sumisid. Madali siyang pangapusan ng hininga kapag nasa ilalim ng tubig kaya mabilis din siyang lumilitaw. Gusto niyang matutong lumangoy pero alam niyang malabo na niya iyong matutunan. Napatingala siya. Kita niya ang kulay puti at asul na langit. Napahugot siya ng malalim na paghinga, bigla niya kasing naalala si Xander. Kahit gusto niya si Zeck, mali ang sitwasyon nila at kailangan niya itong itama.

Naputol ang pagmumuni-muni niya nang bigla na lang umahon sa harapan niya ang nakangising si Zek. Hindi niya napigilang tumili sa pagkabigla.

"Papatayin mo ba ako sa nerbiyos?" singhal niya.

"Sorry na," anito sabay pulupot ng dalawang kamay nito sa baywang niya.

Napaiwas naman siya ng tingin at gusto sanang kumawala pero ang hirap umurong dahil sa puwersa ng tubig dagat sa kalahating bahagi ng katawan niya. Hindi na niya napigilang ipaling sa harapan muli ang kanyang paningin lalo na nang kabigin siya nito palapit. Nagkadaiti ang kanilang mga dibdib habang magkasalubong ang kanilang mga titig.

"Sa wakas magkaisang-dibdib na tayo. I'm longing for this, Heiley..." paanas na turan nito tapos ay hindi na niya napigilan ang paglapat ng labi nito sa labi niya. She kisses him back the way he kisses her.

67

Passionate.

Tempting.

Warm.

Gentle.

Hindi nga siya nalulunod sa dagat pero sa halik nito ay lunod na lunod na siya at ayaw niyang magpasagip.

CHAPTER 7

Anim na araw pa lang sa isla ay bagot na bagot na si Heiley. Hindi siya sanay na nakapirmi lang sa isang lugar. Iniisip niyang takasan si Zeck pero tumututol ang puso niya. Hindi man pormal, alam niyang nagkakamabutihan na sila. Pakiramdam niya ay napakasama niyang babae. Mula nang dalhin siya rito ni Zeck ay hindi man lang sumagi sa isip niya ang sitwasyon ni Xander sa kasalukuyan. Tila ba ginusto niya rin ang nangyari at heto siya nakikipagmabutihan pa sa una.

Hindi siya sanay sa kumplikadong buhay kaya nga pumayag siyang pakasal kay Xander pero heto siya ngayon kapiling ang totoong minamahal. Gusto niyang makasama si Zeck pero hindi sa ganitong sitwasyon. Hindi niya kayang magsaya habang mayroong Xander na nasasaktan.

Mahal siya ni Zeck. Ramdam niya iyon. Nang lisanin niya ang mansyon ng mga Santillan ay malaki ang pagbabagong naidulot niyon sa kanya. Bumalik sa dating routine ang buhay niya pero ramdam niya ang kahungkagan.

Masyadong maraming nangyari nitong nagdaang buwan. Ni sa hinagap hindi niya inisip na masusuong siya sa sitwasyong kinalalagyan ngayon.

Parang kailan lang ginugulo ni Zeck ang sistema niya tapos bigla na lang siyang na-engage kay Xander. Muntik na siyang masuong sa buhay na maaari niyang pagsisihan o maaari niya ring magustuhan. Ngunit sa bandang huli ay narito siya kapiling ang totoong minamahal, dangan nga lang ay hindi lubos ang kaligayahang nadarama niya. Maling-mali ang sitwasyon nila at hindi iyon kayang tanggapin ng puso't isip niya.

Napag-desisyunan niyang kausapin si Zeck tungkol sa bumabagabag sa kanya ngunit hindi niya ito mahagilap sa buong kabahayan.

Natagpuan niya ang sarili sa dalampasigan. Sa udyok ng damdamin, pinulot niya ang namataang patpat sa buhanginan at nagsimulang iukit ang pangalan ng magkakapatid na Santillan sa buhanginan. Mayamaya ay binura iyon ng agos ng tubig-dagat at pangalan lang ni Xander ang natira sapagkat nasa ituktok iyon. Hindi inabot ng agos.

She sighed.

Lalo lang siyang nabagot sa ginawa. Wala sa loob na tinapon niya kung saan ang patpat. Humarap sa karagatan. Humugot ng hininga sabay sigaw ng "Boooorrriiiiiiing!!!" Um-echo iyon sa buong isla.

Napatingala siya. Nasilaw siya sa sinag ng araw. May nabuo sa isipan niya.

Sun bathing.

Marahan niyang nilihis pataas ang suot na bestidang floral. Unti-unting nahantad ang maalindog nitong katawan. Basta na lang niyang hinagis kung saan ang hinubad na bestida. Dalawang kapiranggot na tela na lamang ang tumatabing sa kanyang kabuuan.

Lumanghap siya ng sariwang hangin.

Pumikit.

Nag-inat-inat.

Ramdam na naman niya ang nature's energy. Muling gumaan ang pakiramdam niya. Tila nawala ang bumabagabag sa kanyang isipan. Ramdam na ramdam na niya ang kapanatagan ngunit bigla na lang umihip ang isang malakas na hangin. Napamulat siya. Agad na nahagip ng mata niya ang bestidang tinatangay ng malakas na hangin. Napasinghap siya. Nataranta.

Agad niyang hinabol ang nililipad na bestida. Malayo rin ang narating niya bago tumigil ang hangin at basta na lamang iyon bumagsak sa buhanginan.

Nakahinga siya ng maluwag.

Akmang pupulutin na niya iyon nang biglang may ibang pumulot niyon. Napatili pa siya nang makitang mabalahibo ang may-ari ng kamay na iyon.

Unggoy!

Huli na para maagaw sa unggoy ang bestida sapagkat mabilis itong tumakbo palayo. Udyok ng sariling damdamin ay hinabol niya iyon hanggang sa makapasok sila sa gubat.

"Walanghiyang unggoy ka! Ibalik mo sa `kin iyan!" banas na banas na sigaw niya sa unggoy habang sinusundan niya ng tingin ang paglipat-lipat nito sa puno. Tila nang-aasar pa itong napapatingin sa kanya tapos ay nagkakamot sa ulo.

Kararating lang ni Zeck galing sa laot. Bitbit ang mga nabingwit na isda sa loob ng isang balde ay dumiretso siya sa kusina. Naabutan niya doon si Aling Guada. "Manang, kayo na ho ang bahala rito." Ibinaba niya ang bitbit sa lababo.

"Mabuti pa nga at kanina ko pa hinahanap hindi ko mahagilap."

Gumuhit ang pagtataka sa noo niya. Nakaramdam siya ng pag-aalala. Bumalik siya sa dalampasigan.

Hindi niya ito nahagilap sa cottage. Wala rin ito sa dalampasigan. Tumindi ang pag-aalala niya.

Hindi naman sana ito nalunod.

Napatingin siya sa may paanan. Nakita niyang nakaukit doon ang pangalan ni Xander.

Napatiim-bagang siya.

Ngunit mas nangibabaw ang pag-aalala kaysa galit kaya mas nanaig sa kanya ang mahanap ito. Napansin niya ang mga footprints sa buhanginan. Sinundan niya iyon at nang mapagtantong papasok iyon sa gubat ay hindi siya nag-aksaya ng panahon. Tinakbo niya ang papasok sa gubat.

"Heileeeeeeey!" paulit-ulit na tawag niya sa pangalan nito. Ginalugad niya ang kagubatan hanggang sa makita niya ang isang bulto ng nakatalikod na babae. Ang tanging saplot ay kapiranggot na tela na tumatabing sa maseselang parte ng katawan nito.

Napalunok siya nang mapagmasdan ang napakagandang kurba ng katawang iyon. Bigla siyang pinagpawisan ng malagkit. Gusto sana niyang pagsawain ang paningin sa panonood sa magandang tanawing iyon ngunit napuna niyang nakatingala ang dalaga. Sinundan niya ng tingin ang tinitingala nito. May nakasabit na tela sa puno.

"Damit ko..." mangiyak-ngiyak na turan nito.

"H-Heiley," wala sa loob na banggit niya sa pangalan ng nagmamay-ari ng tinig na iyon. Nabosesan niya ito. Ito rin pala ang nagmamay-ari ng magandang hubog na katawang iyon. Akala pa naman niya may naligaw na diwata sa kanyang isla. Ang paghanga ay napalitan ng pagtataka. Paano napunta roon ang damit nito?

Nakatuwaan niyang panoorin ito. Prente siyang napasandal sa isang puno malapit sa kanya. Napahalukipkip. Nangingiti siya habang panay ang pulot nito ng bagay para batuhin ang damit nito. Marahil umaasang mahuhulog iyon kapag natamaan.

"'Pag nakita talaga kitang unggoy ka, iihawin kita! Grrrrr!" nanggigigil na anito.

Napatango-tango na lang siya.

Unggoy pala ang salarin. Pero paano ito nahubaran ng unggoy? Haha! Silly. Napapailing na lang siya sa kalokohang tanong na iyon. Kailangan na niyang umeksena. "Bakit kasi sa unggoy ka pa nakipag-romansahan?" nang-aasar na entrada niya.

Hindi man lang nito pinansin ang pasaring niya. Nang lingunin siya nito ay para itong nakakita ng kakampi. Patakbo itong lumapit sa kanya.

"Zeck, tulungan mo naman akong kunin iyong bestida," puno ng pagsusumamong pakiusap nito.

Awtomatikong nadako sa nakalitaw nitong dibdib ang paningin niya. Bumangon ang pagnanasa sa sistema ng katawan niya pero pinigil niya ang sarili. Nilipat niya sa nagsusumamo nitong mukha ang paningin. "Ibibili na lang kita ng bago."

"Pero bigay sa `kin iyon ng kapatid ko. Kauna-unahang regalo sa akin ni Archie na nagmula mismo sa binasag nitong alkansya ang pinambili. Hindi ko iyon puwedeng basta na lang hayaan doon gayong puwede namang kunin," patuloy na pangungumbinse nito. Lumapit ito ng husto. Humawak sa t-shirt niya. "Please..." pilit na pakiusap nito.

Lalo siyang pinagpawisan ng malagkit sa pagkakalapit ng kanilang mga katawan. Bago pa siya mawala sa katinuan ay bahagya niya itong inilayo. "Okay. Kahit ano basta mapaligaya ka." Nilapitan niya ang puno. Tinantiya ang taas. Sinipat ang katawan ng puno kung makakaakyat siya roon. "Lapit dito." Agad naman itong lumapit. "Kiss me." Tinuro niya ang labi at bahagya iyong inginuso. Nakita niyang nais nitong tumutol. "Para naman kapag nahulog ako at nagkabali-bali ang buto ko hindi ako malulugi." Nakumbinse naman niya ito.

Ang balak niya ay mabilis na halik lang ngunit nang malasap niya ang masarap nitong halik at pumasok sa isipan niya ang nakakabaliw nitong alindog ay hindi niya napigilan ang sarili. Mahigpit niya itong niyapos at lalong naging maalab ang halikan nila. Mapanukso, mapanghanap at nakakadarang. Nang paghiwalayin nila ang kanilang mga labi ay inginuso nito ang puno.

Hinayang na hinayang man ay napilitan siyang akyatin ang puno. Mabuti malakas siya at magaling uminda ng sakit kaya kahit nagagasgas na ang mga braso at binti ay pinagpatuloy niya ang pag-akyat. Nang malapit na siya sa sanga na kinasasabitan ng bestida ay pilit niya iyong inabot.

Sa wakas nagawa niya. Pawisan, pagod at nanakit ang ilang parte ng katawan niya pero napawi ang lahat ng iyon nang maramdaman ang yakap ni Heiley.

"Mas lalo kitang minahal, Zeck..." madamdaming pahayag nito.

Masarap sa pakiramdam ang mga katagang iyon ng dalaga pero nang maalala ang nakita sa dalampasigan kanina ay nagbago ang mood niya. Siya ang unang kumalas. Inabot niya rito ang bestida na hindi ito tinitignan. "Dalian mo sa pagbibihis baka nag-aalala na si Manang Guada," pormal ang mukhang utos niya.

CHAPTER 8

Panay ang sulyap ni Heiley kay Zeck. Magkasalo sila sa hapag-kainan pero hindi nag-iimikan. Mula nang lisanin nila ang gubat ay hindi na siya nito kinikibo. Hindi naman niya alam kung bakit bigla na lang nagbago ang mood nito kanina. Naging masungit at pormal.

"Stop staring at me," nakayuko ang ulong anito. Tutok pa rin ito sa pagkain.

Napahiya naman siyang napayuko at pinagpatuloy ang pagkain. Sumubo pero hindi malasahan ang nginunguya. Napahigpit ang hawak niya sa kubyertos. Pinipigilan niyang maiyak. Mabilis niyang nginuya ang pagkain sa bibig. Lumagok ng tubig. Umahon sa kinauupuan.

"Tapos ka na agad?" malamig pa ring anito pero sa pagkakataong ito'y nakatingin ito sa kanya. Nakitaan niya ng pag-aalala ang mata nito pero pilit nito iyong kinukubli.

"B-Busog na ako eh," tila may bikig sa lalamunang sagot niya. Agad niya itong tinalikuran.

"Hindi ka na masaya?"

Natigilan siya. Kapagdaka'y "Ibalik mo na lang ako sa mansyon at ayusin natin ang lahat."

Patlang.

"Pag-uusapan natin iyan mamaya. Puwede ka nang umalis."

Malungkot niyang nilisan ang lugar. Buong akala niya ay nagkakaunawaan na talaga sila. Ang tanga niya para mag-assume. Bakit ba hindi niya naisip na sanay ang mga lalake na makipag-flirt at eksperto sila

75

sa mabubulaklak na salita? Ang pagtatapat nitong mahal siya nito ay kasama lang sa exspertise nito. Ang laki niyang tanga.

Pagpasok niya sa silid na tinutuluyan ay dumiretso siya sa banyo. Nag-shower. Humalo ang mga luha niya sa tulo ng tubig na nagmumula sa dutsa.

Matapos magbihis ay lumabas siya. Muntik pa niyang makabungguan si Zeck. Gusto niya sanang magsalita pero walang namutawi sa bibig niya. Napayuko siya. Sinapo nito ang baba niya upang iangat ang mukha niya.

"I'm sorry. I shouldn't have made you cry."

"Gawin nating tama ang lahat. Mabuting tao ang kapatid mo. Kung maipapaalam natin sa kanila ang nararamdaman natin sa isa't-isa baka payagan nila tayo," madamdamin niyang wika.

Nakitaan niya ng pait ang simpleng ngiti nito. "Mas kilala ko si Xander pero kung iyan ang makakapagpaligaya sa 'yo handa akong sumugal."

Nangiti at napayakap siya rito. Gumanti ito ng yakap saka sila nagtitigan. Kapwa nangungusap ang kanilang mga mata at mayamaya lang ay nagsanib ang kanilang mga labi. Puno ng pagmamahal na ipinadama sa isa't-isa ang nag-uumapaw nilang pag-ibig.

Naramdaman na lamang niya ang unti-unting paglapat ng likod sa ibabaw ng kama pati ang pagdagan ng bigat nito sa katawan niya habang pinagsasaluhan pa rin nila ang nakakaliyong halikan. Handa na siyang mag-paubaya.

"Zeck..." paanas na tawag niya sa pangalan nito.

Halos ikabaliw niya ang bawat paggapang ng halik nito... Ang bawat paggalugad ng mapagpala nitong mga kamay ay hatak sa kabaliwan.

Ang bawat ulos nito'y matinding ibayong ligaya ang dulot.

Hindi man niya maisiwalat ang katagang iyon kita naman iyon sa reaksiyon ng katawan at mga ungol at impit na daing na pinawawalan niya.

Nalulunod siya sa sarap.

Nakakawala sa katinuan.

Hindi nasilayan ni Heiley si Zeck pagkagising. Mabuti na rin iyon. Kahit sabihing may naganap na sa kanila nakakaramdam pa rin siya ng hiya. Heto nga at iniisip pa lang niya na makaharap ito ay pinamumulahan na siya. Kung bakit ba naman kasi nagpatangay siya sa kapusukan ng ugok. Sa kabilang banda, napangiti siya. Naranasan niyang makulong sa matipuno nitong bisig. Naranasan niyang lumigaya sa piling nito. Napapikit siya at inalala ang kanilang pinagsaluhan.

Ramdam pa rin niya ang mga haplos nito.

Ang mga yakap at halik.

Ang hapdi ng unang pakikipagsanib.

God! Parang gusto ko ng round two, three, four, five and so on and so fort!

Pinamulahan siya sa naisip. Pinilig-pilig niya ang ulo. Nagpasya siyang hagilapin ang mga kasuotan sa sahig. Nang mahagilap ay agad iyong sinuot. Ginala niya ang paningin sa buong paligid. Malamang ito ang silid ng kasintahan. Nagpasya siyang libutin ang kabuuan. May namataan siyang pahayagan sa mini sofa na naroon. Agad niya iyong dinampot. Umupo sa sofa. Pinag-ekis ang mga hita at sinipat ang hawak. Latest issue iyon. Pahayagan para sa mga alta-sosyedad.

Binasa niya ang frontpage.

Zeck Santillan's vengeance over his brother Xander Santillan.

Bigla siyang nakaramdam ng kaba sa nabasa. Tila ba may kailangan siyang malaman. Pinihit niya ang babasahin sa artikulong iyon. Bakas sa mukha niya ang pagtuklas habang binabasa ang laman ng artikulo. Unti-unti napaawang ang labi niya. Napahigpit ang hawak niya sa babasahin. Nanginig ang panga niya sa pagpipigil na umiyak.

Saglit siyang nawala sa katinuan pero nang mahimasmasan ay bakas ang matinding galit sa mukha niya. Mabilis ang mga hakbang na nilisan niya ang silid.

Habang naglalakad sa pasilyo ay nagulat na lamang siya nang mula sa nakabukas na pinto padausdos na tumilapon sa harapan niya si Xander. Hawak nito ang tiyan at namimilipit sa sakit. Napalitan ng awa at pagtataka ang galit sa mukha niya. Dadaluhan niya sana ito nang biglang lumitaw si Zeck mula sa pintong pinanggalingan ng una.

Aninag na aninag ang matinding galit na nakarehistro sa mukha nito maski nagkatitigan pa sila. Napansin niya ang dugong umagos mula sa bibig nito. Kung ganoon nag-pambuno ang dalawa. Nang maalala niya ang artikulong nabasa ay matinding sakit sa dibdib ang naramdaman niya. Ayaw niyang isiping tama ang nasa artikulo na ginamit nga siya nito para paghigantihan ang sariling kapatid pero sa nasasaksihan parang gusto na niyang maniwala.

"Nakapaghigante ka na. Patas na tayo kaya iuuwi ko na si Heiley." Saka lang niya napansing maayos nang nakatayo si Xander.

"Mabuti pa nga. I'm done with her." Gusto sanang bawiin ni Zeck ang katagang binitiwan pero dahil mas nanaig ang selos na nararamdaman ay pinanindigan na lang niya.

Mangiyak-ngiyak siyang napatitig kay Zeck. Pakiramdam niya tinarakan ng punyal ang dibdib niya sa narinig. 'I'm done with her' Nag-echo ang katagang iyon sa isip niya. Wala siyang ibang naaaninag sa mga mata nito kundi matinding galit.

Pinatatag niya ang sarili. "T-Take me home...Xander," tila may bara sa lalamunang paling niya kay Xander.

Gulat na napatingin si Zeck kay Heiley. Ang sakit sa dibdib pero pinatatag niya ang sarili. "Leave!" galit na sigaw niya. Gusto niyang maiyak pero pinatatag niya ang sarili. "Don't leave any traces." Malamig pa sa yelong taboy niya, pumasok sa silid at pabalibag na sinara ang pinto.

Parang gustong himatayin ni Heiley ng mga sandaling iyon. Nag-patianod siya nang hilahin siya ni Xander palayo. Narinig niyang inatasan nito si Aling Guada na i-impake ang lahat ng gamit niya. Matamlay at nasa kawalan ang isip niya nang isakay siya ni Xander sa isang yate. Hindi na niya napigilan ang luha nang pagmasdan ang resthouse habang papalayo sila sa lugar na iyon. Sa lugar kung saan naiwan ang kalahati ng puso niya.

Ilang araw rin siyang tulala at nakakulong lang sa silid na inuukopahan niya sa mansyon ng mga Santillan. Ni isa ay wala siyang kinikibo at halos hindi niya magalaw ang mga pagkaing hinahatid sa kanya roon. Sobrang sakit...

Napakahirap lumimot.

"Forget everything. Magsimula tayong muli." Marahang hinaplos ni Xander ang buhok niya. "I'm sorry. I didn't expect na maghihigante si Zeck. Five years ago na nang magawa ko ang kasalanang iyon pero hindi ako nagsisisi sa nangyari noon. Akala ko napatawad na niya ako."

"You stole his life, his happiness and his future. Pinagkait mo sa kanya ang mabuhay ng maligaya kaya paano mo naisip na ganoon kadaling kalimutan ang lahat. Napakasakit nang ginawa mo. Ikaw pa man din ang kuya niya."

"Kung hindi ko ginawa iyon mas miserable sana siya ngayon. Huwag na huwag mong susumbatan ang pagiging kuya ko sa kanya dahil ginawa ko iyon para mapabuti siya."

May punto ito. Napabutong-hininga siya. "Iwanan mo na ako."

Parang gusto niyang pagsisihan na ito ang kanyang pinili. Tinapunan na lang niya ng tingin ang papalayo nitong bulto. Napilitan lang naman talaga siyang piliin ito dahil sobra siyang nasaktan nang ipamukha sa kanya ni Zeck na ang lahat nang namagitan sa kanila ay isa lamang parte ng paghihiganti nito. Hindi niya napigil ang pagluha...

Sa kalaliman ng gabi sa may dalampasigan ay binalot ng isang malakas na sigaw ang katahimikan ng buong isla. Puno ng paghihirap ang sigaw na iyon ni Zeck. Ilang araw na siyang miserable mula nang lisanin nina Heiley at Xander ang isla. Ang tanging kapiling sa bawat pag-iisa at paghihinagpis ay alak at isang bestida na tanging bagay na naiwan ni Heiley.

Hinagis niya kung saan ang hawak na bote ng alak. Susuray-suray siyang naupo sa buhanginan. Nakaangat ang kanang tuhod at nakasandal roon ang kanang siko hawak ang bestida. Mapait niyang tinitigan ang hawak.

Matinding sakit ang naramdaman niya nang piliin nitong sumama kay Xander. Ang buong akala niya ay napamahal na siya sa dalaga. Gusto niyang humabol noon para bawiin ito pero nagkasya na lamang siyang suntokin ang pader at lihim na nagluksa.

Matinding pagdurusa ang naranasan niya nitong mga nakaraang araw. Sa bawat sulok ng isla nakikita niya ang maaliwalas at nakangiti nitong mukha. Sa sariling silid minumulto siya ng naging pagniniig nila. Nang magpasya siyang dalawin ang silid na tinuluyan nito, nakita niya ang bestidang nakasampay sa loob ng banyo. Naalala niya kung paano niya iyon kinuha mula sa puno dahil importante iyon sa dalaga pero ang lahat ng ginawa niya ay tila wala lang para rito. Sa huli si Xander pa rin ang pinili nito.

Napaluha siya. Gamit ang bestida ay pinunasan niya ang mga luha. Patihaya siyang humiga habang nakaangat ang dalawang kamay sa ulunan. Hindi pa rin binibitiwan ang bestida.

Limang taon na mula nang huli niyang naramdaman ang ganoong klaseng pagdurusa at paghihinagpis pero tila mas masakit ang isang ito. Tila mas mahirap kumawala. Tila napakahirap muling bumangon at harapin ang buhay na wala ang dalaga.

Attracted na siya noong una niyang masilayan ang maaliwalas na mukha nito. Noon pa lang, alam niyang may kakaiba na siyang naramdaman para rito. Noon lang kasi uli siya nagka-interes na titigan nang ganoon katagal ang isang babae. Naaliw siya sa unang komprontahan nila. Hindi naman niya ito gustong insultohin noon pero nag-conclude agad ito at hindi niya inaasahang mag-wo-walk out agad ito. Nais pa naman sana niyang magpaliwanag at magpakilala.

Hanggang sa nagtagpo sila sa restaurant dahil kina Troy at Cindy. Ramdam niyang ilag at hindi nito gusto ang presensiya niya. Kung wala lang siyang meeting noon baka mas nakipag-usap pa siya nang matagal dito. Tapos bigla na lang niya itong nakitang mahimbing na natutulog sa kama ng kanyang silid. Wala siyang ideya kung paano ito napunta sa mansyon pero nang sabihin nitong naroon ito para sa trabaho ay nahulaan na niyang staff ito ng D Elite and to his surprise, ito pa pala ang exclusive writer ng nasabing magasin.

Pinanabikan niya ang makaharap at makapanayam ito. Sinadya niyang magpa-daring sa pictorial para pagtuunan siya nito ng pansin. Hindi naman siya nabigo. Nakitaan niya ng atraksyon ang mga tingin nito. Nakita niyang tinablan ito ng husto sa nakalatag niyang kamachohan kaya sinamantala niya iyon.

Their first kissed. Hindi niya iyon malilimutan. Kung hindi siya nakapagpigil noon baka umabot sila sa sukdulan. Sa pagdaan ng araw, napansin niyang interesado rin si Xander dito. Hanggang sa isiwalat ng ama ang pakikipagkasundo sa pagitan ng mga magulang nito. Gusto niyang magwala nang malaman niya iyon pero hinintay na lamang niyang ito mismo ang magdesisyon para sa sarili.

Ang buong akala niya ay tututol ito sa kasunduan pero ganoon na lang ang sakit na naramdaman niya nang tila ito nagpatangay sa agos. Inisip niyang attracted din ito kay Xander. Parang dinudurog ang puso niya noon sa dami ng konklusyong nabuo sa kanyang isipan. Inisip niyang habang nakikipag-flirt ito sa kanya ay nakikipag-flirt din ito kay Xander. Nakaramdam siya ng pagkamuhi sa dalaga pero mas matimbang ang sakit na nararamdaman niya sa kaalamang pumayag ito sa kasunduan. Hindi niya kayang saksihan ang magaganap na kasalan. Mabuti na lang at may business trip siya noon.

Habang nasa business trip ay marami siyang napagtanto. Hindi niya kayang ipaubaya na lang nang ganoon ang babaeng pinakamamahal. Hindi puwedeng maging miserable na naman siya dahil kay Xander kaya naman nakipagsabwatan siya noon kay Sabrina. Una pa lang, hayagan na nitong sinabi na mas boto ito kung sila ng dalaga ang magkakatuluyan. Ito ang nag-impake ng mga gamit ng dalaga. Naging napakadali para sa kanya na ilayo sa kasalan ang dalaga.

At ang mga sandaling nakasama niya ito sa isla ang pinakamaligayang sandali ng buhay niya. Ngunit sa tuwing ipapasok ni Heiley sa usapan na nais nitong bumalik sa piling ni Xander tila nilalagare ang puso niya sa sobrang tindi ng selos na kanyang nararamdaman.

Ganoon pa man, nais pa rin niyang makuha ng buo ang puso ng dalaga. Hanggang sa may namagitang sekswal sa kanila. Isang nakaw na sandali sapagkat ng mga oras na iyon ramdam niyang siya ang mahal ng dalaga. Pangalan niya ang paulit-ulit nitong binabanggit sa pagitan ng kanilang pagniniig. Kaya naman laking gulat niya nang piliin pa rin nitong sumama kay Xander.

Siya ang nakauna sa dalaga at isa iyong napakalaking karangalan para sa kanya pero aanhin pa niya ang prebilehiyong natanggap kung ang mga susunod na karangalan ay kay Xander na. Napakasakit...

Namaluktot siya yakap ang bestida.

Heiley...

Madamdamin siyang lumuha.

CHAPTER 9

Binabalak ni Xander na magpa-presscon para ipaalam sa lahat na matutuloy na ang kasalan. Doon, kailangan niyang linawin ang isyu sa pagitan nila ni Zeck. Inutusan siya nitong sabihin na ang lahat ay paraan lang ng huli para maghigante at sa huli nakapag-isip-isip ito ng tama kaya siya ibinalik.

Habang nasa beranda at nakatingin sa kawalan sa kalaliman ng gabi ay naramdaman niyang may yumakap mula sa kanyang likuran. Awtomatiko siyang napapihit paharap. Umiwas siya ng tingin sapagkat hindi niya kayang titigan ang nanghahalinang titig ni Xander. Alam niya ang gusto nitong mangyari, aninag iyon sa mga mata nito pero hindi niya ata kayang humalik sa taong hindi niya mahal.

Naramdaman niya ang mabining pagdampi ng halik nito sa noo niya. Sumunod sa tungki ng ilong at sumunod sa labi. Tila siya tuod. Wala rin siyang maramdamang kahit ano sa mga halik nito. Kinilabutan siya nang gumapang ang halik nito sa leeg pababa sa dibdib. Naglaro sa isipan niya ang pinagsaluhan nila ni Zeck. Naitulak niya ito bigla.

"I'm sorry. I'm not yet ready," pag-amin niya. Nangiti lang ito. Hinaplos nito ang buhok niya. "I understand. I want you to be ready next time." Pakasabi niyon ay tinalikuran na siya nito. Malungkot niyang pinanood ang paglisan nito. Sana ay matutunan niya itong mahalin kapag kasal na sila dahil kung hindi baka sa hiwalayan din sila babagsak.

Sa araw ng presscon na pinahanda ni Xander ay nanginginig at kinakabahan si Heiley. Napahigpit ang hawak niya sa mikropono.

Napapikit siya.

Napatingin sa direksiyon ng kanyang ina. Alam na nito ang balak niya at sinuportahan naman siya nito. Kumuha siya ng sapat na lakas para magsimulang magsalita. "Nandito ako sa harapan ninyong lahat para ipabatid na—" Natigilan siya. Para kasing gustong pumiyok ng boses niya. Humugot uli siya ng sapat na lakas ng loob. "H-Hindi na..." Napapikit siya saka muling nagmulat. "Hindi na matutuloy ang pagpapakasal ko kay Xander."

Napasinghap ang lahat. Nagkatinginan ang ilang manunulat na naroon. Nakapagtatakang hindi siya pinigil ni Xander. Marahil ay gusto nitong malaman ang dahilan kaya pinagpatuloy niya ang pagsasalita. Mas malakas na ang loob niya ngayong ipahayag ang nais at nilalaman ng kanyang puso.

"Una pa lang, hindi ko na mahal si Xander. Napasubo lang ako dahil sa isang arranged marriage sa pagitan ng aming mga magulang. Si Zeck po ang tunay na nagmamay-ari ng puso ko---" Nagulat siya nang marahas na agawin sa kanya ni Xander ang mikropono at inilapag iyon sa mesa. Hinawakan nito ang kamay niya at hinila siya palayo sa karamihan. Marami ang taga-midyang humabol sa kanila pero dahil may kasama silang security ay nakarating sila sa sasakyan ng matiwasay.

Ayaw niyang tumingin sa katabi. Siguradong galit ang anyo nito. Nang marating nila ang mansyon ay hinila pa rin siya nito patungo sa kanyang silid at marahas siya nitong isinalya sa kama.

"Ang lakas ng loob mo. Mas pinili mo ang lalaking ginamit ka lang sa paghihigante kaysa sa magandang hangarin ko sa' yo puwes tingnan natin kung may magandang kalalabasan ang pagpapairal ng puso kaysa utak." Matapos bitiwan ang mga katagang iyon ay nilisan na nito ang silid habang siya ay tahimik na lumuluha.

Humahangos na lumapit kay Zeck si Aling Guada pero hindi niya ito gaanong binigyang pansin.

"Ano'ng kailangan mo?" malamig na tugon niya.

"Ayusin mo na ang sarili mo. Bawiin mo si Heiley kay Sir Xander."

Matamlay siyang sumagot. "Pinili na niya si Xander kaya walang rason para bawiin siya."

"Basahin mo muna ito bago mo sabihin iyan." Inilahad nito ang pahayagan.

Tinapunan niya iyon ng tingin tapos ang nagsusumamong anyo ng matanda. Napilitan siyang kunin iyon at agad na pinasadahan ng tingin.

Nakuyumos niya iyon matapos mabasa na pinagtapat ni Heiley sa presscon na siya ang mahal nito at ang haka-haka ng lahat ay kinukulong ni Xander ang dalaga sa mansyon matapos ang pangyayari. Humigpit din ang seguridad sa paligid ng mansyon.

"Ipahanda mo ang chopper," seryosong atas niya.

CHAPTER 10

Nang marinig ni Heiley ang tunog ng isang helicopter ay napaahon siya mula sa kama at patakbong tinungo ang beranda. Papalapit sa kinaroroonan niya ang chopper na iyon. Malakas ang kutob niyang si Zeck ang sakay niyon. Nabuhayan siya ng loob. Inantay niya iyong makalapit.

Bahagya siyang lumayo nang malapit na iyon. Nililipad ng hangin ang buhok at suot niyang pantulog. Namataan niyang pababa doon si Zeck suot ang isang itim na polo at puting pantalon. Nang magawa nitong makasampa sa railings ng beranda ay agad itong tumalon sa sahig. Hindi siya makapaniwalang nangyayari ang tagpong iyon.

Tumakbo ito palapit sa kanya at sa udyok ng kanilang mga damdamin ay agad silang nagyakap.

Bahagya silang naghiwalay. Sinapo nito ang dalawang pisngi niya. Pinakatitigan siya.

"I missed you so much, Heiley." Aninag na aninag sa ekspresyon ng mata nito ang mga katagang binitiwan.

"Bakit ngayon ka lang?" mangiyak-ngiyak na turan niya.

"Naging miserable ako nang mawala ka. Buong akala ko si Xander ang mahal mo dahil siya ang pinili mo," malungkot na paliwanag nito. "Isa pa, lagi mong sinasabing gusto mong umalis ng isla para bumalik sa piling niya."

"Gusto ko lang naman bumalik para sana ayusin ang lahat. Ikaw naman talaga kasi ang mahal ko una pa lang."

"I'm sorry naging tanga ako."

"I'm sorry kasi naniwala ako na ginamit mo lang ako para paghigantihan si Xander."

"Ni minsan hindi ko naisip iyan. Akala ko kaya kong ipaubaya ka na lang sa kanya tutal siya naman talaga ang nakatakda sa kasunduan pero habang umuusad ang mga araw lalo kong napapatunayang hindi ko kayang makita ka sa piling ng iba lalo na kay Xander. Bumabalik sa alaala ko ang nakaraan. Hindi ko kayang maulit ang lahat lalo pa't may karapatan akong ipaglaban ka."

Madamdaming nagyakap ang dalawa at handa na sanang maghinang ang mga labi nang--

"Kahit maghapon pa kayong magpalitan ng mga katagang pag-ibig diyan, sa 'kin pa rin nakatakdang pakasal si Heiley."

Kapwa napalingon sa kinaroroonan ni Xander ang dalawa. Iniwan ni Zeck ang kasintahan para harapin ang nakatatandang kapatid.

Napatiim-bagang si Zeck. Kuyom niya ang kamao. Matatalim ang titig niya sa nakatatandang kapatid. "Sakim ka! Bakit ba ayaw na ayaw mo akong lumigaya? Lahat na lang ng magpapasaya sa akin kinukuha mo," malungkot na pahayag niya. "Puwede bang sa pagkakataong ito ako naman ang pagbigyan mo, Kuya?" nagsusumamo ang mga titig niya rito.

Iyon ang kauna-unahang pagkakataong narinig ni Heiley na tinawag ni Zeck na kuya ang nakatatanda nitong kapatid. Umaasa siyang mapapalambot niyon ang puso ni Xander pero naging matigas pa rin ito.

"Matagal na kitang pinagbigyan, Zeck."

Umigkas ang kamao ni Zeck sa pisngi ni Xander. Napilitang daluhan at awatin ni Heiley ang una sapagkat nakita niyang hindi lalaban ang huli.

"Damn your selfishness!" pang-uuyam ni Zeck kay Xander.

88

"Damn your blindness!" ganting pasaring ni Xander. Mahinahon pa rin ito kung ikukumpara kay Zeck na kung hindi lang pigil ni Heiley ay manununtok uli.

"Stop those nonsense talk!" makapangyarihang utos ni Zacarias Santillan. "Zeck, huwag mong paratangan ang kuya mo ng pagiging makasarili dahil kabutihan mo lang ang iniisip niya."

Naghimutok ang kalooban ni Zeck. "Katulad ng dati, si Xander pa rin ang mabuti. Hindi nakapagtatakang sinuportahan mo siya sa balak niyang panggigipit kahit mali. Napakasaklap, hindi ako ang naging paboritong anak."

"Sinuportahan ko siya dahil nasa tama siya."

"At kailan pa naging tama na gamitin ang kasunduan para piliting ipakasal ang isang babaeng walang kalaban-laban?"

"Kung hindi dahil sa mga balak ni Xander hindi mo sana makakapiling ang babaeng pinakamamahal mo. Hindi sana madudugtungan ang pag-iibigan ninyo ni Ms. Conteza." Nagtatanong ang mga matang napatitig siya sa ama. "Ginamit niya ang kasunduan hindi para sa kanya kundi para sa `yo." Napamaang siya sa narinig. Nagpalit-palit ang tingin sa ama at kay Xander. Nagtatanong ang mga titig niya sa huli.

Nagugulumihanan ang kanyang isip. Ganoon din naman si Heiley na gulat na gulat sa narinig at hindi makapagsalita.

"Matagal ko nang ninanais na muli kang magka-interes sa isang babae kaya nang marinig ko noon si Sabrina na nagka-interes ka sa seatmate mo sa eroplano nabuhayan ako ng loob. Mula kasi nang hindi ka siputin ni Ariana sa kasal ninyo hindi ka na nagka-interes sa babae," panimulang paliwanag ni Xander. "Habang hindi mo binubuksan ang puso mo para sa iba dala-dala ko rin ang bigat sa dibdib dahil ako ang dahilan kaya hindi ka sinipot ni Ariana sa araw ng kasal ninyo. Kahit sinabi mong napatawad mo na ako hindi pa rin ako matahimik dahil nakikita kong alipin ka pa rin ng masamang nakaraan."

Totoong nahirapan si Zeck na muling buksan ang puso sa panibagong pag-ibig dahil nawalan siya ng tiwala sa mga taong nakapaligid sa kanya. Totoong nagtanim siya ng galit sa nakatatandang kapatid dahil sa ginawa nitong pang-aakit kay Ariana noong gabi ng bisperas ng kasal nila kaya hindi ito nakasipot. Noong una hindi niya maintindihan ang rason sa ginawa nito pero nang ipaliwanag nitong para iyon sa kabutihan niya ay naunawaan niya. Sinubok nito ang pagmamahal ni Ariana sa kanya at hindi ito nakapasa. Ngayon, muli nitong inuulit ang pagsubok.

"Totoong pinahanap ko si Heiley para maisakatuparan na ang kasunduan pero nang malaman kong siya rin ang babaeng napagtuunan mo ng pansin mas nanaig sa akin na paglapitin ang landas ninyo. Nakaplano ang pagpasok niya sa buhay natin para matiyagan kung magkakaroon kayo ng magandang chemistry. Noong una akala ko nagkamali ako dahil hindi kita nakitaan ng pagtutol nang malaman mong ikakasal kami. Hanggang sa tangayin mo siya sa araw ng kasal namin. Buong akala ko noon gusto mo lang maghigante pero nang araw na komprontahin kita, nakita ko sa mga mata mo kung gaano mo kamahal si Heiley. Nang sabihin mo sa `kin na ikaw ang mahal niya nabuo na naman sa isip ko na subukin siya.

Kung ikukumpara sa pagmamahal ni Ariana sa `yo mas karapat-dapat si Heiley na mahalin mo. Nakakainsultong hindi man lang niya nagawang tugunin ang mga halik ko, pero masaya ako sa nalaman ko dahil may mas karapat-dapat na sa pagmamahal mo, kaso kailangan ko pang gumawa ng mga gimik para lang ipaglaban mo ang pag-ibig mo sa kanya. Kumagat ka naman kaya anihin mo ang kaligayahang matatamo mo."

Gustong mahiya ni Zeck dahil sa pagbintang niya sa nakatatandang kapatid. "Salamat sa lahat, Kuya" halos hindi makatinging bitaw niya sa kataga.

Tinapik-tapik nito ang balikat niya. "Ginawa ko ang lahat ng iyon bilang kuya mo. Huwag mo nang pakawalan pa si Heiley."

Mangiyak-ngiyak na napayakap siya rito ngunit naroon pa rin ang pagpipigil na maging emosyonal. Saglit lang ang yakap na iyon pero tila pinawi niyon ang lahat ng bigat sa kanyang dibdib. Nilapitan siya ni Heiley at sa udyok ng kanilang mga damdamin ay nagyakap sila nang mahigpit.

Nasa cottage si Heiley at nakatayo paharap sa dalampasigan habang ninanamnam ang sariwang simoy ng hangin. Muli siyang nakikipag-isa sa kalikasan. Pumikit siya upang lalong madama ang kapaligiran. Isang magandang ngiti ang sumilay sa kanyang mga labi. Ngiti nang may kapanatagan at kuntento sa buhay.

Isang buwan na rin ang nakalilipas matapos ipagtapat ni Xander na planado nito ang mga nangyari. Akalain mong kinasabwat nito una pa lang ang pamunuan ng pinagtatrabahuhan niya sa mga plano nito, kaya pala personal itong pumunta roon para ipaalam na pumapayag na itampok ang angkan nito sa D Elite sa kundisyong makikipagtulungan ang mga ito sa plano. Kaya pala minadali siya sa artikulong kontribusyon niya sa TeenyMag para sa ilang buwang isyu dahil nga alam ng pamunuan na magugulo ang mundo niya sa mga susunod na araw.

Maging ang mga midya sa engagement party at mga presscon ay isa lamang palabas. Ang totoo hindi iyon inilabas sa publiko. Pati ang mga nabasa niyang artikulo ay pinasadya lamang. Ilang kopya lang ang pahayagang nabasa niya ukol sa paghihigante umano ni Zeck kay Xander sapagkat ang totoo, una pa lang ay walang nakakaalam sa kuwentong iyon sa pagitan ng magkapatid maliban sa mga malalapit na kakilala. Maging ang pahayagang nabasa ni Zeck ukol sa pagtatapat niya sa presscon ay pasadya rin. Iba talaga ang nagagawa ng makuwarta at maimpluwensiya.

Pero ang totoo, sugal din ang ginawang pag-mamanipula nito sapagkat kung hindi ipinaglaban ni Zeck ang nararamdaman at hindi siya tinangay noong araw ng kasal nila ni Xander malamang natuloy iyon. Ayon sa huli, paninindigan nito ang kahihinatnan ng sariling pagmamanipula. Kung nagkamali ito sa hinala na in-love nga si Zeck sa kanya kailangan nitong akuin ang konsekwensa. Nakakawindang ngunit bandang huli ay napagtanto niya na ang pangingialam nito sa itatakbo ng pag-iibigan nila ni

Zeck ay nakabuti. Isa lang ang masasabi niya, dakilang kapatid si Xander para maisip ang lahat ng iyon para sa ikaliligaya ng kapatid nito. Isa pa, masasabi niyang dahil sa ginawa nito ay nagkaroon ng thrill ang buhay pag-ibig niya.

Lalong lumuwang ang pagkakangiti niya nang maramdaman ang pagpulupot ng kamay ni Zeck sa beywang niya mula sa likuran. Hindi na niya kailangang imulat ang mata para tiyaking ang minamahal nga ang may-ari ng mga bisig na iyon. Amoy pa lang nito at uri ng pagkakayapos ay kilalang-kilala na niya. Napahagikhik siya nang pupugin siya nito ng halik sa leeg. "Zeck, tigilan mo nga iyan."

"Tama na kasi ang pakikipag-isa sa kalikasan. Sa akin ka na makipag-isa..." makahulugang bulong nito sa punong tenga niya.

Napapailing niya itong hinarap. Lalo pa siya nitong kinabig palapit at aninag sa mga mata nito ang panghahalina at pananabik.

Hindi niya ito masisisi sapagkat ngayon na lang uli sila nagkasarilinan ng ganito. Naging masyado silang abala nitong mga nakaraang buwan. Naging abala rin sila sa pag-aayos ng kanilang kasal. Idagdag pa ang hindi nito maiwang mga negosyo at ganoon din naman siya sa pagbabalik sa dating trabaho.

"May kasalanan ka sa `kin," kunwari'y masungit na sita niya.

Napabusangot ito. "Heiley, kung ano man `yan. Patawarin mo na `ko. I missed you so much..." parang batang pakiusap nito.

"Nope," pailing-iling na aniya. Sinampay niya ang dalawang braso sa balikat nito. Nakakaloko siyang ngumiti at nang-aakit ang mga titig niya.

"Don't play with me, Heiley. You starting to irritate me."

Bahagya siyang lumayo. Nanatiling nakasampay sa balikat nito ang kaliwang braso niya samantalang ang isa ay nakaumang sa harapan nito hawak ang isang larawan. Si Sabrina ang nag-abot ng larawang iyon sa kanya. "Explain this to me."

Dagling naglaho ang pananabik sa anyo ni Zeck. Napalitan iyon ng pagtataka. Ngayon ay nakatutok ang mata niya sa larawang nakatambad. Nang mapagtanto kung saan kuha ang larawang iyon ay napailing na lamang siya.

"That's a photograph of a sweet couple," aniya saka sumilay ang pilyong ngiti sa labi niya. Nakatikim tuloy siya ng hampas mula rito. Napahalakhak tuloy siya. Kinurot naman siya nito sa tagiliran kaya agad na sumeryoso ang anyo niya. "Big deal ba `yan? Let's just forget about that and move on."

"Move on ka diyan! You tricked me at big deal talaga iyon. Hmp!" Tuluyan itong kumalas at tumalikod. Naupo. Nakabusangot at nasa ibang direksiyon ang paningin nito. Napakamot tuloy siya sa ulo bago nagpasyang lapitan para amuhin. Laking gulat niya nang bigla na lang nitong hatakin ang damit niya upang siilin siya ng maalab na halik sa labi. Napakurap-kurap muna siya bago nagawang tugunin ang halik nito.

Nanabik siya nang husto kaya naging napakarubrob ng halik na pinagsaluhan nila. Handa na sanang humaplos ang mga kamay niya pero nagulat uli siya nang pawalan nito ang labi niya at itulak siya bahagya. Umahon ito. Walang kangiti-ngiti ang mga labi. Litong-lito naman siya sa inaasal nito.

"Binawi ko lang ang binayad ko."

Napahalakhak siya ng sobra kapagdaka'y hinila niya ang beywang nito at pinangko. Paupo niya itong nilapag sa mesa. "You'll pay for this silly game of yours, Ms. Conteza..."

"Z-Zeck..." Hindi na nagawang tumutol pa ni Heiley nang kabigin siya ni Zeck para ito naman ang magpadama ng pananabik nito sa mga labi niya. Buong suyo niya iyong tinugon.

Nang gumapang ang halik nito pababa sa leeg niya ay malaya niyang nasilayan ang larawang naiwan sa upuan. Ang larawang nagpapatunay na si Zeck ang unang napahilig sa balikat niya noong nagkatabi sila sa eroplano. Habang kapwa sila tulog sa ganoong ayos ay kinunan sila ni Sabrina. Napag-alaman din niya mula rito na si Zeck mismo ang nagsandig sa ulo niya sa balikat nito nang maalimpungatan ito kaya wala itong karapatang maningil tulad nang turan nito dati. Dahil sa mga kaalamang iyon napagtanto niya nang lubusan na una pa lang mahal na talaga siya ng binata. Defense mechanism lang ang paniningil nito para makapagnakaw ng halik mula sa kanya at maitago ang tunay na nararamdaman. Hindi masamang estratihiya.

Bahagya siyang tumutol nang tangka siya nitong ihiga sa mesa. "Not here..." nahihiyang pagtutol niya.

"I'm longing for you, Heiley. Masyado pang malayo ang resthouse dito..." Nagawa nito ang gustong mangyari. Ngayon ay nakahiga na siya sa ibabaw ng mesa at nakakubabaw naman ito sa kanya. "Tayo lang ang nandito. Pinaalis ko muna sila..." tukoy nito sa ilang tumatao sa isla.

"Pilyo!" Bahagya niya itong tinampal sa mukha.

"I know kaya nga ituloy na natin ang kapilyuhan ko para matantiya mo kung gaano ako kapilyo..."

Napahalakhak siya kapagdaka'y hinaplos niya ang pisngi nito. "I love you Zeck..."

"I love you more than you'll ever know."

Nang muling maglapat ang kanilang mga labi ay hinayaan na lamang nilang ang kanilang mga puso ang mangusap sa pamamagitan ng pagiging isa ng kanilang mga puso, isip at katawan. Sa mundong kung saan sila lamang ang nakakaalam...

WAKAS

Made in the USA
Monee, IL
24 April 2022

95313996R00069